AF664516

School Plus

സൂക്ഷ്മജീവികളുടെ ലോകം

sukshmajeevikalude lokam

•

dr. t r jayakumari

•

first edition
november 2017

•

second edition
december 2018

•

second impression
march 2020

•

third impression
november 2021

•

typesetting & published
chintha publishers, thiruvananthapuram

•

cover
midas

Distribution

DESHABHIMANI BOOK HOUSE

H O Thiruvananthapuram 695035
phone: 0471-2303026, 6063026
Email: chinthapublishers@gmail.com
Website: www.chinthapublishers.com

Branch

Head Office Kunnukuzhi • Statue Thiruvananthapuram • KSRTC Bus Station Alappuzha • KSRTC Bus Station Ernakulam • Machingal Lane Thrissur • IG Road Kozhikode • Mavoor Road Kozhikode • NGO Union Building Kannur • Central Bus Terminal Complex Thavakkara Kannur

CR - SP / 2228 / 5663
ISBN - 978-93-86637-37-6

സൂക്ഷ്മജീവികളുടെ ലോകം

ഡോ. ടി ആർ ജയകുമാരി

ചിന്ത പബ്ലിഷേഴ്സ്
തിരുവനന്തപുരം-695 035

ഡോ. ടി ആർ ജയകുമാരി

മലയാളത്തിൽ ഏറ്റവുമധികം പരിസ്ഥിതി ഗ്രന്ഥങ്ങൾ പ്രസിദ്ധീകരിച്ച ഗ്രന്ഥകാരി. ജനനം തിരുവനന്തപുരം ജില്ലയിലെ കൊടുവഴനൂരിൽ. മാതാപിതാക്കൾ അദ്ധ്യാപകരായ തങ്കമണി അമ്മ, രവീന്ദ്രൻ നായർ. കേരളാ യൂണിവേഴ്സിറ്റിയിൽനിന്ന് സസ്യശാസ്ത്രത്തിൽ ഡിസ്റ്റിങ്ഷനോടെയുള്ള ഒന്നാം റാങ്ക്. എം എസ് സി, എം ഫിൽ, പി എച്ച് ഡി.
വനം-വന്യജീവി-പരിസ്ഥിതി വിഷയങ്ങളുമായി ബന്ധപ്പെട്ട് ഇംഗ്ലീഷിലും മലയാളത്തിലുമായി വിവിധ ആനുകാലികങ്ങളിൽ 250 ലധികം ലേഖനങ്ങൾ പ്രസിദ്ധീകരിച്ചിട്ടുണ്ട്. *കേരളത്തിലെ വൃക്ഷങ്ങൾ* എന്ന ഗ്രന്ഥത്തിന് പത്തനംതിട്ട ആസ്ഥാനമായി പ്രവർത്തിക്കുന്ന സ്പാരൊ നേച്ചർ കൺസർവേഷൻ ഫോറത്തിന്റെ പ്രഥമ പരിസ്ഥിതി സാഹിത്യപുരസ്കാരം 2016 ൽ ലഭിച്ചു. പ്രകൃതിസംരക്ഷണവുമായി ബന്ധപ്പെട്ട് പ്രവർത്തിക്കുന്നു. 33 വർഷക്കാലം സസ്യശാസ്ത്രാദ്ധ്യാപികയായി പ്രവർത്തിച്ചു. തിരുവനന്തപുരം ഗവ. വിമെൻസ് കോളേജിലെ ബോട്ടണി വിഭാഗം അസോസിയേറ്റ് പ്രൊഫസറായിരിക്കെ വൈസ് പ്രിൻസിപ്പലും പ്രിൻസിപ്പലുമായി സ്ഥാനക്കയറ്റം ലഭിച്ചു. 2016 മേയിൽ വിരമിച്ചു.
കൃതികൾ: *ജീവജാലങ്ങളുടെ ലോകം ക്വിസ്, ഇന്ത്യയിലെ സംസ്ഥാനവൃക്ഷങ്ങളും പുഷ്പങ്ങളും, അലങ്കാരപ്പനകൾ, നമ്മുടെ വള്ളിസസ്യങ്ങൾ, ഹരിതമനുഷ്യർ,* ജർമ്മനിയിലെ ലാംബർട്ട് അക്കാഡമിക് പബ്ലിഷിങ് പ്രസിദ്ധീകരിച്ച *റെസ്പോൺസ് ഓഫ് കാനാ എഡുലിസ് കെർ ഓൺ മൈക്കോറൈസൽ ഇനോക്കുലേഷൻ* എന്നിവയും ആർ വിനോദ്കുമാറുമായി ചേർന്ന് തയ്യാറാക്കിയ *ജന്മനക്ഷത്രങ്ങളും വൃക്ഷങ്ങളും, കേരളത്തിലെ വൃക്ഷങ്ങൾ, ഇന്ത്യയിലെ ദേശീയോദ്യാനങ്ങൾ, 40 ഇക്കോടൂറിസം യാത്രകൾ, വംശമറ്റുപോയ ജീവജാലങ്ങൾ, കേരളത്തിലെ വന്യജീവികൾ, കേരളത്തിലെ ജലാശയങ്ങൾ, മുക്കുറ്റി–കേരളത്തിലെ വൃക്ഷങ്ങളും ചെറുസസ്യങ്ങളും, കേരളത്തിലെ കാട്ടുപക്ഷികൾ, നമ്മുടെ മത്സ്യങ്ങൾ, കേരളത്തിലെ ചെറുസസ്യങ്ങൾ* എന്നിവയും.

ഭർത്താവ് : എം കെ ബാലചന്ദ്രൻ നായർ
മക്കൾ : ലക്ഷ്മി നായർ, ശ്രീഹരി നായർ
ഇ മെയിൽ: jayakumari.tr@gmail.com

ഉള്ളടക്കം

പ്രസാധകക്കുറിപ്പ്

ഒരു അംഗീകൃത പാഠപദ്ധതിയുടെ അടിസ്ഥാനത്തിലുള്ള പാഠ്യക്രമമനുസരിച്ചാണ് നമ്മുടെ സ്കൂൾ സമ്പ്രദായത്തിൽ പാഠപുസ്തകങ്ങൾ തയ്യാറാക്കപ്പെടുന്നത്. അംഗീകൃത യോഗ്യതകൾ ഉള്ള അദ്ധ്യാപകർ അതു പഠിപ്പിക്കുന്നു. കുട്ടികൾ അതു പഠിക്കുകയും വിവിധ നിലകളിൽ മാർക്കു നേടി വിജയം കരസ്ഥമാക്കുകയും ചെയ്യുന്നു. ഇതെല്ലാമായിട്ടും തങ്ങൾ പഠിക്കുന്ന പാഠങ്ങളുമായി ബന്ധപ്പെട്ട് അറിഞ്ഞിരിക്കേണ്ടതും പഠിച്ചിരിക്കേണ്ടതുമായ പല അറിവുകളും വിട്ടുപോകുന്നു. പാഠഭാഗങ്ങളിൽ പെട്ടതു തന്നെയും ദുർഗ്രാഹ്യവും വിരസവും ആയതുകൊണ്ട് അവ മനസ്സിൽ പതിയുകയോ അറിവു വളർത്തുകയോ ചെയ്യാതെ പോകുന്നു.

ഇതൊരു കുറവുതന്നെയാണ്. ഈ കുറവ് എങ്ങനെ പരിഹരിക്കാം. അദ്ധ്യാപകരെന്ന നിലയിൽ സമർത്ഥരും എഴുത്തുകാരുമായ അദ്ധ്യാപകരുടെ കൂട്ടായ്മ ഈ വെല്ലുവിളി ഏറ്റെടുക്കുവാൻ തയ്യാറായി. അതിന്റെ ഫലമാണ് സ്കൂൾ പ്ലസ് എന്ന പുസ്തകപരമ്പര. പാഠപുസ്തകത്തിൽ നിന്ന് പകർന്നുകിട്ടുന്ന എല്ലാ അറിവിന്റെയും അനുബന്ധ വിവരങ്ങളാണ് ഈ പുസ്തകങ്ങളുടെ ഉള്ളടക്കം. സുഗ്രാഹ്യമായും രസകരമായുമാണ് ഈ പുസ്തകങ്ങൾ രചിക്കപ്പെട്ടിരിക്കുന്നത്. ഓരോ ക്ലാസിലെയും

എല്ലാ കുട്ടികളുടെയും അറിവിന്റെ ചക്രവാളം വികസ്വരമാക്കുവാനും പുതിയ അധികപുസ്തകങ്ങൾ തേടിപ്പിടിച്ചു വായിക്കുവാനും ഈ പുസ്തകപരമ്പര സഹായകമാകും.

സൂക്ഷ്മജീവികളുടെ ലോകം എന്ന ഈ പുസ്തകം മണ്ണിൽ പ്രവർത്തിക്കുന്ന സൂക്ഷ്മജീവികളെ സംബന്ധിച്ചുള്ളതാണ്. പ്രകൃതി സൗഹൃദപരമായ വളങ്ങളും, കീടനാശിനികളും നേടിയുള്ള അന്വേഷണങ്ങളാണ് സൂക്ഷ്മാണുവളങ്ങൾ കണ്ടെത്തുന്നതിലേക്ക് എത്തിയത്. പലതരം സൂക്ഷ്മജീവികൾ, വളങ്ങൾ, ജൈവവളങ്ങൾ, നൈട്രജൻ സ്ഥിരീകരണ സൂക്ഷ്മാണുക്കൾ, ഫോസ്ഫേറ്റ് ദ്രവീകരണ സൂക്ഷ്മാണുക്കൾ, സസ്യവളർച്ച കൂട്ടുന്ന സൂക്ഷ്മാണുക്കൾ, സൂക്ഷ്മാണു വളങ്ങളുടെ ഉപയോഗം മുതലായ കാര്യങ്ങൾ ഈ പുസ്തകത്തിൽ ചർച്ച ചെയ്തിരിക്കുന്നു.

ഡോ. ടി ആർ ജയകുമാരിയാണ് ഈ ഗ്രന്ഥം രചിച്ചിട്ടുള്ളത്. ഈ നല്ല പുസ്തകം വലിയ തോതിൽ സ്വീകരിക്കപ്പെടും എന്ന ഉറപ്പോടെ.

ചിന്ത പബ്ലിഷേഴ്സ്

ആമുഖം

ഭൂമദ്ധ്യരേഖയോടടുത്തു സ്ഥിതിചെയ്യുന്നതിനാൽ ഉഷ്ണമേഖലാ കാലാവസ്ഥയുള്ള ഒരു നാടാണ് നമ്മുടെ കൊച്ചുകേരളം. അതോടൊപ്പം ഇടവപ്പാതി (തെക്കുപടിഞ്ഞാറൻ മൺസൂൺ), തുലാവർഷം (വടക്കുകിഴക്കൻ മൺസൂൺ) എന്നീ രണ്ടു മൺസൂണുകൾ വഴി നമുക്ക് 1250 മി മീ മുതൽ 5000 മി മീ വരെ വാർഷിക വർഷപാതവും ലഭിക്കുന്നു. ഇവിടത്തെ മണ്ണിനങ്ങളും അതീവ ഫലപുഷ്ടമാണ്. ഇങ്ങനെ, അനുയോജ്യമായ താപനിലയും ഉയർന്ന അന്തരീക്ഷ ആർദ്രതയും ജലസമൃദ്ധിയും ഭൂമിശാസ്ത്രപരമായ പ്രത്യേകതകളും കേരളത്തെ സസ്യവളർച്ചയ്ക്ക് ഏറ്റവും അനുയോജ്യമായ ഒരു ഭൂവിഭാഗമാക്കിത്തീർത്തിരിക്കുന്നു. അതുകൊണ്ടുതന്നെ കേരളത്തിലെ സാധാരണ ജനതയുടെ മുഖ്യതൊഴിലും ഉപജീവനമാർഗ്ഗവും ഏതാനും പതിറ്റാണ്ടുകൾ മുമ്പുവരെ കൃഷിയായിരുന്നു. വിശാലമായ കൃഷിയിടങ്ങൾ നാടിന്റെ മുഖമുദ്രയായിരുന്ന അക്കാലത്ത് വീട്ടിലേക്കാവശ്യമായ ധാന്യങ്ങളും പയറുവർഗ്ഗങ്ങളും പഴവർഗ്ഗങ്ങളും എണ്ണക്കുരുക്കളും പച്ചക്കറികളുമൊക്കെ സ്വന്തം പറമ്പിൽ നട്ടുവളർത്തുകയായിരുന്നു ഓരോ കുടുംബത്തിന്റെയും രീതി. ഓരോ വിളയ്ക്കും മണ്ണിനും കാലാവസ്ഥയ്ക്കും യോജിച്ച പരമ്പരാഗതമായ കൃഷിമുറകളായി

രുന്നു കർഷകർ പിന്തുടർന്ന് വന്നിരുന്നത്. ആവശ്യത്തിലധിക മുള്ളത് പല രൂപത്തിൽ ദീർഘകാലം സൂക്ഷിച്ചുവയ്ക്കാനുള്ള വിദ്യകളും വശമായിരുന്നതിനാൽ കേരളം ഭക്ഷണകാര്യത്തിൽ സ്വയംപര്യാപ്തമായിരുന്ന കാലമായിരുന്നു അത്.

കാലം മാറി. കെട്ടിടങ്ങളുടെയും ടാറിട്ട റോഡുകളുടെയും എണ്ണം കൂടി, കൃഷിഭൂമികളുടെ വിസ്തൃതി കുറഞ്ഞു. ജനങ്ങൾക്ക് കൃഷി, വില കുറഞ്ഞ തൊഴിലായി. ജീവിതത്തിൽ ആധുനികത കുടിയേറി. അതോടെ ഭക്ഷണശീലങ്ങളും ജീവിതരീതികളും മാറി. ആഗോളവല്ക്കരണം വന്നതോടെ എന്തും എവിടെയും എപ്പോഴും കിട്ടുമെന്ന സ്ഥിതിയുമായി. ക്രമേണ, കാർഷിക സംസ്കാരം ഉപഭോഗസംസ്കാരത്തിന് വഴിമാറി. പെരു കിക്കൊണ്ടിരിക്കുന്ന ജനങ്ങളുടെ ഭക്ഷ്യാവശ്യങ്ങൾ നിറവേറ്റാൻ, അവശേഷിക്കുന്ന കൃഷിഭൂമികളിൽ പരമാവധി ഭക്ഷ്യവസ്തു ക്കൾ ഉല്പാദിപ്പിക്കേണ്ടത് ആവശ്യമായി വന്നു. ഇതിന് അത്യു ല്പാദനശേഷിയുള്ള വിത്തിനങ്ങളും ആധുനിക വിളപരിപാല നരീതികളും ഉപയോഗിക്കാൻ നാം നിർബ്ബന്ധിതരായി. ഇതിന്റെ ഭാഗമായി വിളകളിൽ രാസവളങ്ങളും രാസകീടനാശിനികളും പ്രയോഗിക്കേണ്ടതായിവന്നു. കാർഷിക രാസവസ്തുക്കളുടെ പ്രയോഗംമൂലം ആദ്യകാലങ്ങളിൽ വളരെയധികം വിളവർദ്ധ നവുണ്ടായി എന്നത് സത്യമാണ്. 1960 കളിൽ വളർന്നു വികാസം പ്രാപിച്ച ഹരിതവിപ്ലവം വിജയിച്ചതും ലോകജനതയുടെ പട്ടിണി മാറാൻ അത് സഹായകമായതും ഇവമൂലം കാർഷികോല്പാദനം കൂടിയതുതന്നെയാണ്. എന്നാൽ, കാർഷികരാസവസ്തുക്കളുടെ തുടർച്ചയായ ഉപയോഗം കൃഷിഭൂമികളുടെ ഫലപുഷ്ടിയും ഉല്പാദനക്ഷമതയും കുറയ്ക്കുന്നതാണ് പിന്നീട് കാണാനായത്. മണ്ണിനും മനുഷ്യനും ജലത്തിനും വായുവിനും ഇവ ദോഷകരമായി മാറി. അത്തരം ഒരു സാഹചര്യത്തിലാണ് കർഷകരും കാർഷിക ശാസ്ത്രജ്ഞരും പ്രകൃതി സൗഹൃദ പരമായ വളങ്ങളും കീടനാശിനികളും തേടിയിറങ്ങിയത്. ഈ അന്വേഷണം എത്തിനിന്നത് ജൈവവളങ്ങളിലും ജൈവ കീടനാശിനികളിലുമാണ്. ഇവയിലെ ഏറ്റവും നൂതനമായ കണ്ടെ ത്തലാണ് സൂക്ഷ്മാണുവളങ്ങൾ. ലോകത്തിലെ അതിസൂക്ഷ്മ

ജീവികളായ ബാക്ടീരിയകളെയും ഫംഗസുകളെയും മനുഷ്യനും പ്രകൃതിക്കും ഉപകാരപ്രദമാകുന്ന രീതിയിൽ കാർഷിക മേഖലയിൽ പ്രയോഗിക്കാനുള്ള സാങ്കേതികവിദ്യകൾക്ക് പ്രചാരമേറിക്കൊണ്ടിരിക്കുകയാണ്. ഈ അവസരത്തിൽ രാസവളങ്ങളെയും ജൈവവളങ്ങളെയും സൂക്ഷ്മാണു വളങ്ങളെയുംകുറിച്ച് അറിവുണ്ടായിരിക്കേണ്ടത് കാലഘട്ട ത്തിന്റെ ആവശ്യമായി മാറിയിരിക്കുന്നു.

വിവിധതരം ജീവികൾ

"പുല്ലിനും പൂവിനും പുഴുവിനും കിളിക്കും മനുഷ്യനുമെല്ലാം ഭൂമിയിൽ ജീവിക്കാനുള്ള അവകാശം തുല്യമാണ്. പക്ഷേ, പരിണാമശ്രേണിയിലെ ഏറ്റവും ഉയർന്ന സ്ഥാനത്തുള്ള മനുഷ്യന്റെ വിചാരം ഭൂമിയും ഈ പ്രപഞ്ചവും അവനുവേണ്ടി മാത്രമുള്ളതാണെന്നാണ്." ശാലിനി ടീച്ചർ പരിസ്ഥിതിശാസ്ത്രം ക്ലാസെടുക്കുകയായിരുന്നു.

പരിസ്ഥിതിയെക്കുറിച്ച് ക്ലാസെടുക്കാൻ തുടങ്ങിയാൽ ടീച്ചറിന് ആവേശമാണ്. പരിസ്ഥിതിക്ക് സംഭവിച്ചുകൊണ്ടിരിക്കുന്ന മാറ്റങ്ങളെപ്പറ്റിയും അതുകൊണ്ട് ഭൂമിയിലെ സസ്യങ്ങൾക്കും ജന്തുക്കൾക്കും മനുഷ്യർക്കും വന്നേക്കാവുന്ന ദോഷങ്ങളെപ്പറ്റിയുമൊക്കെ എത്രനേരം വേണമെങ്കിലും ടീച്ചർ വാതോരാതെ സംസാരിച്ചുകൊണ്ടിരിക്കും. ചെറിയ ചെറിയ ചോദ്യങ്ങൾ ഇടയ്ക്കിടെ ചോദിച്ചും ചുറ്റുവട്ടത്തുള്ള ഉദാഹരണങ്ങൾ ചൂണ്ടിക്കാണിച്ചും കുട്ടികളുടെ അഭിപ്രായങ്ങൾ ചോദിച്ചുമൊക്കെയാണ് ടീച്ചർ ക്ലാസെടുക്കുക. അതിനാൽ, കുട്ടികൾക്ക് ഈ പീര്യേഡ് വളരെ ഇഷ്ടമാണ്.

മനു ഇടങ്കണ്ണിട്ട് ക്ലാസിനെയാകെ ഒന്ന് നോക്കി. ചിലർ സംശയത്തോടെയും ചിലർ കൗതുകത്തോടെയും മറ്റു ചിലർ അതിശയത്തോടെയും ടീച്ചറുടെ വാക്കുകൾ ശ്രദ്ധിച്ചിരിക്കുകയാണ്. അവനൊരു സംശയം തോന്നി. അപ്പോൾ സൂക്ഷ്മജീവികളുടെ

കാര്യമോ? അവയ്ക്ക് ഭൂമിയിൽ ജീവിക്കാൻ അവകാശമില്ലേ?

പൊതുവെ അല്പം ഒതുങ്ങിയ സ്വഭാവമാണ് മനുവിന്. അതിനാൽ, അദ്ധ്യാപകരോട് സംശയം ചോദിക്കുന്നതിൽ വിമുഖതയാണ്. എന്നാൽ, ക്ലാസ് പരീക്ഷകളിൽ അവൻ ഒന്നാമനാണ്.

മനുവിന്റെ ശ്രദ്ധ മാറിയതും അവൻ ആലോചനയിലാണ്ടതും ടീച്ചർ കണ്ടുപിടിച്ചു.

"മനു എവിടെയാണ് പോയത്?" ടീച്ചർ തമാശ രൂപേണ ചോദിച്ചു.

എല്ലാവരുടെയും നോട്ടം അവനിലേക്കായി. ചിലരുടെ മുഖത്ത് പരിഹാസഭാവം. ചിലർ ചിരിക്കുന്നു. ഇനി കാര്യം പറഞ്ഞില്ലെങ്കിൽ രംഗം വഷളാകും. ഇമ്പോസിഷനോ നാളെ ക്ലാസ് വൃത്തിയാക്കാനുള്ള ചുമതലയോ തന്ന് ടീച്ചർ ശിക്ഷിച്ചേക്കും. എല്ലാവരും ക്ലാസിൽ ശ്രദ്ധിച്ചിരിക്കണമെന്നത് ടീച്ചറിന് വളരെ നിർബ്ബന്ധമാണ്. വികൃതി കാട്ടിയാൽ അടിച്ചിട്ടല്ല എന്തെങ്കിലും ജോലി ചെയ്യിച്ചിട്ടാണ് ടീച്ചർ ശിക്ഷിക്കുക. തന്റെ സംശയം ചോദിക്കാൻതന്നെ അവൻ തീരുമാനിച്ചു.

"ടീച്ചർ, ഇന്നലെ ചേച്ചി പറഞ്ഞു സസ്യങ്ങളെയും ജന്തുക്കളെയും കൂടാതെ സൂക്ഷ്മജീവികളെന്നൊരുതരം ജീവികളും ഭൂമിയിലുണ്ടെന്നും അവയെക്കൂടാതെ മനുഷ്യന് ജീവിക്കാനാവില്ലെന്നും. അത് ശരിയാണോ?"

"ശരിയാണ് മനൂ, ഭൂതക്കണ്ണാടിയിലൂടെ നോക്കിയാൽ മാത്രമേ സൂക്ഷ്മജീവികളെ കാണാനാവൂ. ഭൂമിയിൽ ഏറ്റവും കൂടുതലുള്ളത് ഇവയാണ്. ലോകത്തിലുള്ള സസ്യങ്ങളുടെയും ജന്തുക്കളുടെയും എണ്ണത്തിന്റെ എത്രയോ ഇരട്ടിയാണ് ഇവയുടെ എണ്ണം."

മറ്റു കുട്ടികൾക്കും ആകാംക്ഷയായി. എത്രയെത്ര മനുഷ്യരും ചെടികളും മൃഗങ്ങളുമാണ് ഭൂമിയിൽ!! കഴിഞ്ഞ വർഷം സ്കൂളിൽനിന്ന് മീൻമുട്ടിയിലേക്ക് യാത്രപോയപ്പോൾ എത്ര മരങ്ങളെയും ചെടികളെയുമാണ് കണ്ടത്? ഭൂമിയിലാകെ 700 കോടി ജനങ്ങളുണ്ടെന്നും പത്രത്തിൽ വായിച്ചു. ഇതിനേക്കാളും വരുമോ സൂക്ഷ്മജീവികളുടെ എണ്ണം? പലരും സംശയം ഉള്ളിലൊതുക്കി.

ടീച്ചർ തുടർന്നു. "അണുജീവികളെന്നും സൂക്ഷ്മാണുക്കളെന്നുമൊക്കെ ഇവയെ വിളിക്കും. നഗ്നനേത്രങ്ങൾകൊണ്ട് ഇവയെ കാണാനാവില്ല. വസ്തുക്കളെ പലമടങ്ങ് വലുതാക്കി കാണിക്കുന്ന മൈക്രോസ്കോപ്പിന്റെ സഹായത്തോടെയേ ഇവയെ കാണാൻ കഴിയൂ. വിഷ്ണു പറയൂ ആരാണ് മൈക്രോസ്കോപ്പ് കണ്ടുപിടിച്ചത്?"

വിഷ്ണു ക്ലാസ് ലീഡറാണ്. ക്ലാസിലെ ബുദ്ധിജീവി. ക്വിസിൽ അവന് വല്ലാത്ത കമ്പമാണ്. അവന്റെ പോക്കറ്റിൽ എപ്പോഴും കാണും, കിട്ടുന്ന ചോദ്യോത്തരങ്ങൾ എഴുതിയെടുക്കാനുള്ള ഒരു ചെറിയ ഡയറി. ഉച്ചയൂണു സമയത്തും ക്ലാസില്ലാത്തപ്പോഴുമൊക്കെ ചോദ്യങ്ങളുമായി അവൻ ടീച്ചറിനെ സമീപിക്കാറുണ്ട്.

"ലീവൻഹോക്ക്" വിഷ്ണുവിന്റെ ഉത്തരം ഉടൻ വന്നു.

"മിടുക്കൻ. അപ്പോൾ ആരായിരിക്കാം ആദ്യം അണുജീവികളെ കണ്ടത്?"

"ലീവൻഹോക്ക്" കോറസായി ഉത്തരം വന്നു.

"അതെ. ലീവൻഹോക്ക് തന്നെയാണ് അവയെ ആദ്യം കണ്ടെത്തിയത്. 1676 ലായിരുന്നു ആ കണ്ടുപിടിത്തം നടന്നത്. ആദ്യം കണ്ടുപിടിക്കപ്പെട്ട അണുജീവി ബാക്ടീരിയ ആയിരുന്നു."

"ടീച്ചർ, അദ്ദേഹമല്ലേ അണുജീവിശാസ്ത്രത്തിന്റെ പിതാവെന്നറിയപ്പെടുന്നത്?" വിഷ്ണുവാണത് ചോദിച്ചത്.

"അതെ. ബാക്ടീരിയയുടെ കണ്ടുപിടിത്തത്തിനുശേഷം വൈറസുകൾ, ഫംഗസുകൾ, ആക്ടിനോമൈസീറ്റുകൾ, നീലഹരിത ആൽഗകൾ എന്നിവയൊക്കെ കണ്ടുപിടിക്കപ്പെട്ടു. ഇത്തരത്തിലുള്ള അണുജീവികളെക്കുറിച്ച് പഠിക്കുന്ന ശാസ്ത്രശാഖയാണ് അണുജീവിശാസ്ത്രം അഥവാ മൈക്രോബയോളജി. സൂക്ഷ്മജീവിശാസ്ത്രമെന്നും ഇതിനെ വിളിക്കാറുണ്ട്. ഇതിന്റെ തലതൊട്ടപ്പനായിക്കരുതുന്നത് ആന്റൺ വാൻ ലീവൻഹോക്ക് എന്ന് മുഴുവൻ പേരുള്ള ലീവൻഹോക്കിനെയാണ്. അണുജീവിശാസ്ത്രത്തിന് പല ഉപശാഖകളുണ്ട്. ബാക്ടീരിയകളെക്കുറിച്ച് പഠിക്കുന്ന ഉപശാഖയാണ് ബാക്ടീരിയോളജി. വൈറസുകളെക്കുറിച്ചുള്ളത് വൈറോളജി. ഫംഗസുകളെപ്പറ്റി

പഠിക്കുന്നത് മൈക്രോളജിയിലാണ്."

"ടീച്ചർ, ലോകത്ത് ഈ അണുജീവികൾക്ക് എന്തെങ്കിലും പ്രാധാന്യമുണ്ടോ?"

"തീർച്ചയായും. അണുജീവികളിൽ പ്രയോജനങ്ങളുള്ളവയും ദോഷങ്ങളുള്ളവയുമുണ്ട്. ദോഷകരങ്ങളായവ ജീവജാലങ്ങളിൽ പലതരം രോഗങ്ങൾക്ക് കാരണമാകുന്നുണ്ട്. ആർക്കെങ്കിലും ഒരുദാഹരണം പറയാമോ?"

പുഴുപ്പല്ല് മിനിയാണതു പറഞ്ഞത്. "എനിക്ക് പല്ലുവേദന വന്നത് വായിലെ അണുജീവികൾ വഴി പല്ലിനു കേടുവന്നതുകൊണ്ടാണെന്ന് അച്ഛനോട് ഡോക്ടർ പറഞ്ഞു."

"മിനി പറഞ്ഞതു ശരിയാണ്. സ്ട്രെപ്റ്റോകോക്കസ് മ്യൂട്ടൻസ് എന്ന ബാക്ടീരിയയാണ് ദന്തക്ഷയത്തിന് മുഖ്യകാരണം. മിഠായിയും മധുരപലഹാരങ്ങളും മറ്റും തിന്നശേഷം നല്ലപോലെ വായ കഴുകാതിരുന്നാൽ ഇവ പല്ലുകൾക്കിടയിലും മറ്റുമുള്ള പഞ്ചസാരയെ വിഘടിപ്പിച്ച് അമ്ലങ്ങൾ ഉല്പാദിപ്പിക്കുന്നു. ഈ അമ്ലങ്ങളാണ് പല്ലുകളെ ദ്രവിപ്പിച്ച് പോടുകളുണ്ടാക്കുന്നത്."

"ടൂത്ത്പേസ്റ്റിന്റെ പരസ്യത്തിൽ കീടാണു കീടാണു എന്നു പറയുന്നത് ഇതിനെയായിരിക്കും അല്ലേ ടീച്ചർ?"

ടീച്ചർ ചിരിച്ചു. "മനുഷ്യരിലെ കോളറ, വയറിളക്കം, വയറുകടി, മഞ്ഞപ്പിത്തം, കുഷ്ഠം, മസ്തിഷ്കജ്വരം, സന്നിപാതജ്വരം, പ്ലേഗ്, ടെറ്റനസ്, ക്ഷയം, ടൈഫോയിഡ്, വില്ലൻചുമ എന്നിങ്ങനെ അനേകം രോഗങ്ങൾ ബാക്ടീരിയകളാണ് വരുത്തുന്നത്. മൃഗങ്ങളിലെ ആന്ത്രാക്സ് രോഗവും ബാക്ടീരിയകളാണുണ്ടാക്കുന്നത്. സസ്യങ്ങളിലും അനേകം രോഗങ്ങൾ ഇവമൂലമുണ്ടാകുന്നുണ്ട്. ഇതുപോലെയാണ് വൈറസുകളും. ഇവയും മനുഷ്യരിലും മൃഗങ്ങളിലും സസ്യങ്ങളിലും പലവിധ രോഗങ്ങൾക്ക് കാരണമാകുന്നു. ഫംഗസുകൾ അഥവാ കുമിളുകളിലും രോഗങ്ങളുണ്ടാക്കുന്നവയുണ്ട്."

ഇതാ ഈ പട്ടിക നോക്കൂ. ചുരുട്ടിവച്ചിരുന്ന ഒരു ചാർട്ട് നിവർത്തിക്കാട്ടിക്കൊണ്ട് ടീച്ചർ പറഞ്ഞു. "ദോഷകാരികളായ ബാക്ടീരിയകളും വൈറസുകളും ഫംഗസുകളും ധാരാളമുണ്ടെന്ന് കണ്ടില്ലേ?"

ബാക്ടീരിയകൾ

രോഗം	രോഗാണുവിന്റെ പേര്
കോളറ	വിബ്രിയോ കോളറേ
വയറിളക്കം	സാൽമൊണെല്ലാ എന്ററിക്ക
കുഷ്ഠം	മൈക്കോബാക്ടീരിയം ലെപ്രേ
മസ്തിഷ്കജ്വരം	നെസ്സേറിയ മെനിൻജൈറ്റിഡിസ്
ന്യൂമോണിയ	ഡിപ്ലോകോക്കസ് ന്യൂമോണിയേ
പ്ലേഗ്	യെഴ്സീനിയ പെസ്റ്റിസ്
വയറുകടി	ഷൈജല്ലാ ഡിസന്റിറിയേ
കുതിരശന്നി(ടെറ്റനസ്)	ക്ലോസ്ട്രീഡിയം ടെറ്റനി
ക്ഷയം	മൈക്കോബാക്ടീരിയം ട്യൂബർക്കുലോസിസ്
ടൈഫോയിഡ്	സാൽമൊണെല്ലാ ടൈഫി
വില്ലൻചുമ	ബോർഡെറ്റെല്ലാ പെർട്ടൂസിസ്
ഗൊണേറിയ	നെസ്സേറിയ ഗൊണേറിയേ
ഡിഫ്തീരിയ	കൊറിണിബാക്ടീരിയം ഡിഫ്തീരിയേ
ആന്ത്രാക്സ്(മൃഗങ്ങളിൽ)	ബാസിലസ് ആന്ത്രാസിസ്
സിട്രസ് കാങ്കർ	സാന്തോമൊണാസ് സിട്രൈ
നെല്ലിലെ ബ്ലൈറ്റ്	സാന്തോമൊണാസ് ഒറൈസേ
ക്രൗൺ ഗാൾ	അഗ്രോബാക്ടീരിയം ട്യൂമെഫേഷ്യൻസ്

ഫംഗസുകൾ

പുഴുക്കടി, അത്ലറ്റ്സ് ഫുട്ട്	എപ്പിഡെർമോഫൈറ്റോൺ
(ത്വക്രോഗങ്ങൾ)	ട്രൈക്കോഫൈറ്റോൺ
മൊണീലിയാസിസ്	കാൻഡിഡ ആൽബിക്കൻസ്
അലർജി	ആസ്പർജില്ലസ്, മ്യൂക്കർ, പെനിസിലിയം
നെല്ലിലെ ബ്ലാസ്റ്റ്	പൈറിക്കുലേറിയ ഒറൈസേ

ഗോതമ്പിലെ പൗഡറി മിൽഡ്യൂ	എറിസൈഫേ ഗ്രാമിനിസ്
ചീരയിലെ വെള്ള റസ്റ്റ്	അൽബ്യൂഗോ
സ്മട്ട്	അസ്റ്റിലാഗോ
എർഗോട്ട്	ക്ലാവിസെപ്സ് പർപ്യൂറിയ
ഉരുളക്കിഴങ്ങിന്റെ ബ്ലൈറ്റ്	ഫൈറ്റോഫ്ത്തോറ ഇൻഫെസ്റ്റൻസ്
ഭക്ഷ്യവസ്തുക്കളെ കേടാക്കുന്നു	റൈസോപ്പസ്, മ്യൂക്കർ
മൈക്കോടോക്സിനുകൾ	ആസ്പർജില്ലസ്, ഫ്യൂസേറിയം
വിഷക്കൂണുകൾ	അമാനിറ്റ ഫാലോയിഡ്സ്, കൊപ്രൈനസ്
ലഹരിമരുന്ന്	ക്ലാവിസെപ്സ് പർപ്യൂറിയ (എൽ എസ് ഡി) അമാനിറ്റ മസ്കാരിയ

വൈറസുകൾ

ജലദോഷം	കരപ്പൻ
മുണ്ടിനീര്	പേപ്പട്ടിവിഷം
വസൂരി	ചിക്കൻ പോക്സ്
മഞ്ഞപ്പനി	ഡെങ്കിപ്പനി
അഞ്ചാംപനി	പോളിയോ
എയിഡ്സ്	ഹെപ്പറ്റൈറ്റിസ്
കന്നുകാലികളിലെ കുളമ്പുരോഗം	
വാഴയുടെ കുറുനാമ്പ്	പപ്പായയുടെ ഇലകുരുടിപ്പ്
മരച്ചീനിയിലെ മൊസൈക്ക്	ഉരുളക്കിഴങ്ങിന്റെ ഇലചുരുളൽ
പുകയിലയിലെ മൊസൈക്ക്	മുളകിലെ ഇല മുരടിപ്പ്

ഉടനെ, വിഷ്ണുവിന്റെ ചോദ്യം വന്നു. "ടീച്ചർ, ഉപയോഗമുള്ള അണുജീവികളെക്കുറിച്ച് പറയാമോ?"

"പറയാം. ഓ ബെല്ലടിക്കാറായല്ലോ. ഒരു കാര്യം ചെയ്യാം. അടുത്തയാഴ്ച വരുമ്പോൾ നിങ്ങൾ അണുജീവികളെ ഓരോന്നിനെയുംക്കുറിച്ച് അന്വേഷിച്ച് എഴുതിക്കൊണ്ടുവരണം.

അതിനുശേഷം മനുഷ്യന് ഉപകാരികളായ അണുജീവികളെക്കുറിച്ച് പറഞ്ഞുതരാം. നിങ്ങളെ വിഷ്ണു അഞ്ചു പേർ വീതമുള്ള ഗ്രൂപ്പുകളായിത്തിരിക്കും. ഓരോ ഗ്രൂപ്പും ശേഖരിക്കേണ്ട വിവരങ്ങളുടെ തലക്കെട്ട് തരാം. ശേഖരിച്ച വിവരങ്ങൾ ഗ്രൂപ്പ് ലീഡർ അവതരിപ്പിക്കണം. ഏറ്റവുമധികം വിവരങ്ങൾ ഏറ്റവും നന്നായി അവതരിപ്പിക്കുന്ന ഗ്രൂപ്പിന് സമ്മാനം."

ടീച്ചർ പറഞ്ഞുനിർത്തിയതും ഉച്ചയൂണിനുള്ള മണിമുഴങ്ങി. കുട്ടികൾ ആവേശഭരിതരായി ചർച്ച തുടങ്ങി. ശാലിനി ടീച്ചർ എപ്പോഴും ഇങ്ങനെയാണ്. കുട്ടികളിൽ ജിജ്ഞാസ പെരുപ്പിക്കാനും അറിവുനേടാനും പരോക്ഷമായി വഴികളൊരുക്കും. കുട്ടികൾക്ക് അതിഷ്ടവുമാണ്.

സൂക്ഷ്മജീവികൾ പലതരം

അടുത്തയാഴ്ച ഗ്രൂപ്പ് ലീഡർമാരായ സൂരജ്, പൂജ, അവിനാഷ്, ഗീതിക, ആദർശ് എന്നിവർ യഥാക്രമം ബാക്ടീരിയകൾ, വൈറസുകൾ, ആക്ടിനോമൈസീറ്റുകൾ, മൈക്കോപ്ലാസ്മ, നീലഹരിത ആൽഗകൾ, സൂക്ഷ്മരൂപികളായ ഫംഗസുകൾ എന്നിവയെക്കുറിച്ച് അവരവരുടെ ഗ്രൂപ്പംഗങ്ങൾ ശേഖരിച്ച വിവരങ്ങൾ അവതരിപ്പിച്ചു. ബോർഡിൽ ചിത്രങ്ങൾ വരച്ച് വളരെ വിശദമായി വൈറസുകളെ പരിചയപ്പെടുത്തിയ പൂജയ്ക്ക് ടീച്ചർ ഒന്നാം സമ്മാനവും കൊടുത്തു.

"ഇപ്പോൾ സൂക്ഷ്മജീവികളെക്കുറിച്ച് എല്ലാവർക്കും കുറെയൊക്കെ മനസ്സിലായല്ലോ. ഇവയിൽ അനേകമെണ്ണം പലരീതിയിൽ മനുഷ്യന് ദോഷം വരുത്തുന്നുവെന്ന് നമ്മൾ കഴിഞ്ഞ ക്ലാസിൽ പഠിച്ചു. ഇനി ഉപയോഗപ്രദമായവയെക്കുറിച്ച് നോക്കാം. വൈറസുകളെക്കൊണ്ട് മനുഷ്യന് ദോഷമല്ലാതെ ഗുണമൊന്നുമില്ല. എന്നാൽ, ബാക്ടീരിയകളും ഫംഗസുകളും മനുഷ്യർക്ക് പലവിധത്തിൽ പ്രയോജനപ്പെടുന്നുണ്ട്. ആഹാരപദാർത്ഥങ്ങളും ഔഷധങ്ങളുമുണ്ടാക്കാൻ ചിലത് അനിവാര്യമാണ്. ഇവയിലെ അംഗങ്ങളിൽ ചിലത് മനുഷ്യശരീരത്തിനകത്തും ചിലത് പുറത്തും വസിക്കുന്നു."

ടീച്ചർ മേശപ്പുറത്ത് വച്ചിരുന്ന ചാർട്ട് കൈയിലെടുത്തു. തോട്ടക്കോൽ എന്നെല്ലാരും കളിയാക്കി വിളിക്കുന്ന, ക്ലാസിലെ

ഏറ്റവും ഉയരക്കാരനായ എബിയെക്കൊണ്ട് അത് ചുവരിലെ ആണിയിൽ തൂക്കിയിടീച്ചു. ഉപകാരികളായ വിവിധതരം ബാക്ടീരിയകളുടെയും ഫംഗസുകളുടെയും പേരുകളുള്ള ഒരു പട്ടികയും ചിത്രങ്ങളുമായിരുന്നു അതിലുണ്ടായിരുന്നത്.

1. ബാക്ടീരിയകൾ	ഉല്പന്നം/ഉപയോഗം
ലാക്ടോബാസിലസ് ലാക്ടിസ് സ്ട്രെപ്റ്റോകോക്കസ് ലാക്ടിസ്	തൈര്, വെണ്ണ, പാൽക്കട്ടി
സ്ട്രെപ്റ്റോകോക്കസ് തെർമോഫിലസ് ലാക്ടോബാസിലസ് ബൾഗാരിക്കസ്	യോഗർട്ട്
അസറ്റോബാക്ടർ അസെറ്റി	വിനാഗിരി
ബാസിലസ് സ്പീഷീസ് സ്ട്രെപ്റ്റോമൈസസ് സ്പീഷീസ്	ആന്റിബയോട്ടിക്കുകൾ
ഇ.കോളി	പരീക്ഷാണുജീവി
അഗ്രോബാക്ടീരിയം ട്യൂമഫേഷ്യൻസ് ബാസിലസ് തുറിൻജിയെൻസിസ്	ജനിതക എഞ്ചിനീയറിങ്
റൈസോബിയം സ്യൂഡോമൊണാസ് അസോട്ടോബാക്ടർ അസോസ്പൈറില്ലം	ജീവാണുവളങ്ങൾ

2. ഫംഗസുകൾ	ഉല്പന്നം/ഉപയോഗം
യീസ്റ്റ് പെനിസിലിയം നൊട്ടേറ്റം പെനിസിലിയം ക്രൈസോജീനം	വൈറ്റമിൻ ബി. ആന്റിബയോട്ടിക്ക്
ആസ്പെർജില്ലസ് ഫ്യുസേറിയം ഹെൽമിന്തോസ്പോറിയം ട്രൈക്കോഡെർമ ഡാക്ടിലേറിയ ഡാക്ടിലെല്ല	വിളസസ്യങ്ങളിലെ രോഗനിയന്ത്രണം
പ്ലൂറോട്ടസ് ഓസ്ട്രിയേറ്റസ് (ചിപ്പിക്കൂൺ) വോൾവാരിസെല്ല	

വോൾവേസിയ (വയ്ക്കോൽക്കൂൺ), അഗാരിക്കസ് ബൈസ്പോറസ് (ബട്ടൺ കൂൺ), കാലോസൈബെ ഇൻഡിക്ക (പാൽക്കൂൺ)	ഭക്ഷ്യകുമിളുകൾ

ടീച്ചർ പറഞ്ഞുതുടങ്ങി. "നമുക്ക് ഉപകാരികളായ ബാക്ടീരിയകളെ പരിചയപ്പെടാം. ബാക്ടീരിയകളെക്കൊണ്ട് പലവിധ ഉപകാരങ്ങളുണ്ട്. നിങ്ങൾ തൈരു കൂട്ടി ചോറുണ്ണാറില്ലേ? പാലിൽനിന്നാണ് തൈരുണ്ടാക്കുന്നതെന്ന് എല്ലാവർക്കും അറിയാമല്ലോ? എങ്ങനെയാണ് വീട്ടിൽ അമ്മ തൈരുണ്ടാക്കുന്നതെന്നറിയാമോ?"

"രാത്രി കിടക്കുന്നതിന് മുമ്പ് കാച്ചിയ പാലിൽ ഉറയൊഴിച്ചുവയ്ക്കും. രാവിലെ നോക്കുമ്പോൾ പാല് തൈരായി മാറിയിരിക്കും." ജീന സ്വന്തം അറിവ് വിളമ്പി.

"അതെ. അങ്ങനെതന്നെയാണ് തൈരുണ്ടാക്കുന്നത്. പാലിലൊഴിക്കുന്ന ഉറ എന്താണ്?"

"അത് പഴയ തൈരിൽ നിന്നെടുക്കുന്ന അല്പം തൈരാണ്." ജീന ഉത്തരം നല്കി.

"വളരെ ശരി. ഈ തൈരിൽ ലാക്റ്റോബാസിലസ്, സ്ട്രെപ്റ്റോകോക്കസ് ലാക്റ്റിസ് എന്നീ ബാക്ടീരിയകളുണ്ടാവും. ഇവയാണ് പാലിനെ തൈരാവാൻ സഹായിക്കുന്നത്. പാൽക്കട്ടി (ചീസ്)യും വെണ്ണയുമൊക്കെയുണ്ടാക്കാനും ഇവയുടെ സഹായം വേണം. അതുപോലെ ദോശയ്ക്കും ഇഡ്ഡലിക്കും തലേദിവസം വൈകുന്നേരത്ത് അമ്മ അരിയരച്ചുവയ്ക്കുന്നത് കണ്ടിട്ടില്ലേ? ഈ മാവിൽ രാത്രി മുഴുവൻ ബാക്ടീരിയകളും മറ്റു ചില അണുജീവികളും പ്രവർത്തിക്കുന്നതിനാലാണ് മാവ് പുളിക്കുന്നത്. അതായത്, നമുക്ക് രാവിലെ നല്ല മൃദുവായ ദോശയും ഇഡ്ഡലിയും തിന്നണമെങ്കിൽ ഈ കുഞ്ഞ് അണുജീവികൾ വിചാരിക്കണം. അല്ലേ?" കുട്ടികൾ ചിരിച്ചു.

"തേങ്ങയുടെ തൊണ്ടിൽനിന്ന് ചകിരിനാരുകളും, ചണച്ചെടിയുടെ തണ്ടുകളിൽനിന്ന് ചണനാരുകളും വേർപെടുത്തിയെടുക്കണമെങ്കിൽ അവ അഴുകണം. ഇതിനും ബാക്ടീരിയകൾ സഹായിക്കുന്നു. അതുപോലെ പുകയിലയ്ക്കും

തേയിലയ്ക്കും പ്രത്യേക ഗന്ധവും ഗുണവും നല്കി ഉപയോഗയോഗ്യമാക്കിയെടുക്കാനും വിനാഗിരി, ലാക്ടിക്അമ്ലം എന്നിവയൊക്കെ വ്യാവസായികാടിസ്ഥാനത്തിൽ നിർമ്മിക്കാനും ഇവയുടെ സഹായം ആവശ്യമാണ്. നിങ്ങൾ ആന്റിബയോട്ടിക്കുകളെന്ന് കേട്ടിട്ടുണ്ടാവുമല്ലോ. കടുത്ത ചുമയും പനിയുമൊക്കെ വരുമ്പോഴും വലിയ മുറിവുകളുണ്ടാകുമ്പോഴുമൊക്കെ ഡോക്ടർമാർ കഴിക്കാൻ നിർദ്ദേശിക്കുന്ന മരുന്നുകളാണിവ. രോഗാണുക്കളെ നശിപ്പിക്കുന്ന ഔഷധങ്ങളാണിവ. ഇത്തരം ആന്റിബയോട്ടിക്കുകളിലധികവും നല്കുന്നത് ഈ കുഞ്ഞുബാക്ടീരിയകളാണെന്ന് നിങ്ങൾക്കറിയാമോ? പക്ഷേ, ആദ്യമായി ആന്റിബയോട്ടിക്കുകൾ കണ്ടുപിടിച്ചത് ഇവയിൽ നിന്നല്ല കേട്ടോ. ആർക്കു പറയാം ആദ്യത്തെ ആന്റിബയോട്ടിക്കിന്റെ പേര്?"

വിഷ്ണു എഴുന്നേറ്റു. "ഞാൻ പറയാം. പെനിസിലിൻ."

"ശരിയാണ്. പെനിസിലിൻ ആണ് ആദ്യം കണ്ടെത്തിയ ആന്റിബയോട്ടിക്ക്. ഇത് പെനിസിലിയം നൊട്ടേറ്റം എന്ന ഫംഗസിൽനിന്ന് 1929 ലാണ് കണ്ടെത്തിയത്. ഈ കണ്ടുപിടിത്തം നടത്തിയത് അലക്സാണ്ടർ ഫ്ളെമിങ് എന്ന ജീവശാസ്ത്രജ്ഞനായിരുന്നു. അതിനുശേഷം അനേകം ആന്റിബയോട്ടിക്കുകൾ കണ്ടുപിടിക്കുകയുണ്ടായി. ടെറാമൈസിൻ, സ്ട്രെപ്റ്റോമൈസിൻ, നിയോമൈസിൻ, എറിത്രോ മൈസിൻ, ഗ്രിസിയോഫുൾവിൻ എന്നിവ ഉദാഹരണങ്ങൾ. ഇവയെല്ലാം ബാസിലസ്, സ്ട്രെപ്റ്റോമൈസസ് എന്നിങ്ങനെയുള്ള ബാക്ടീരിയകളുടെ വിവിധ സ്പീഷീസുകളിൽനിന്നാണ് തയ്യാറാക്കുന്നത്."

"ഉപകാരിയായ മറ്റൊരു ബാക്ടീരിയയാണ് ഇ കോളി. ഇവ മനുഷ്യന്റെ കുടലിലാണ് വസിക്കുന്നത്. ഇവ ദഹനപ്രക്രിയയെ സഹായിക്കുന്നു."

"ഇതുപോലെ ഫംഗസുകളെക്കൊണ്ടും ഉപയോഗങ്ങളുണ്ട്. പ്രധാനമായും പുളിപ്പിക്കൽ അല്ലെങ്കിൽ ഫെർമന്റേഷനാണ് ഇവയുടെ ജോലി. രാവിലെ വെള്ളയപ്പമുണ്ടാക്കാനുള്ള അരിമാവിൽ അമ്മ യീസ്റ്റ് ചേർക്കാറുണ്ടെന്ന് നിങ്ങൾക്കറിയാമോ? യീസ്റ്റ് ഒരു ഏകകോശ ഫംഗസാണ്. റൊട്ടി അഥവാ

ബ്രെഡ്, ലഹരിപാനീയങ്ങളായ ബിയർ, വൈൻ എന്നിവയുടെയൊക്കെ നിർമ്മാണത്തിന് യീസ്റ്റ് ഉപയോഗിക്കുന്നുണ്ട്."

"ഭക്ഷണമായി ഉപയോഗിക്കുന്ന വലിയ ഫംഗസുകളാണ് മോർച്ചെല്ലയും കൂണുകളും. മഴക്കാലത്ത് ധാരാളമായി മുളയ്ക്കുന്ന ചെറിയ അരിക്കുമിളുകളും ചെറിയ കുടപോലെയുള്ള ഉപ്പുകുമിളുമൊക്കെ നിങ്ങൾ കണ്ടിട്ടില്ലേ? ഇപ്പോൾ കടകളിൽ വാങ്ങാൻ കിട്ടുന്ന പാൽക്കൂൺ, ചിപ്പിക്കൂൺ എന്നിവ നിങ്ങൾ കഴിച്ചിട്ടുണ്ടോ?"

ടീച്ചർ സംസാരം നിർത്തി ക്ലാസിലാകെ ഒന്ന് കണ്ണോടിച്ചു. കഴിച്ചിട്ടുണ്ടെന്ന് അഞ്ചാറുപേരുടെ തലകളാടി.

"മഷ്റൂം കട്‌ലറ്റ് നല്ല സ്വാദാണ് ടീച്ചർ. മഷ്റൂം സൂപ്പും ഉഗ്രൻ." മുന്നിലിരിക്കുന്ന കൂൺവിഭവങ്ങൾ രുചിച്ചുനോക്കുന്ന സുഖത്തോടെ തടിയൻ ജോജോ അഭിപ്രായപ്പെട്ടു. ജോജോയുടെ തീറ്റപ്രിയം അറിയാവുന്ന കുട്ടികൾ തമ്മിൽത്തമ്മിൽ നോക്കി അടക്കിച്ചിരിച്ചു.

"രുചി മാത്രമല്ല ജോജോ, കൂണുകൾക്ക് ഗുണവുമുണ്ട്. മാംസ്യത്തിന്റെ കലവറകളാണിവ. ചിക്കനിലും മട്ടണിലും ബീഫിലുമൊക്കെയുള്ളതിനേക്കാൾ നല്ല മാംസ്യമാണിതിലുള്ളത്. സസ്യാഹാരികളുടെ മാംസഭക്ഷണമെന്നാണ് ഇവയെ വിശേഷിപ്പിക്കുന്നത്."

"ഫംഗസുകളെക്കൊണ്ട് ഇനിയും ഉപകാരങ്ങളുണ്ട്. ഹരിതകമില്ലാത്തതിനാൽ സ്വയം ആഹാരം ഉല്പാദിപ്പിക്കാൻ കഴിയാത്തവയാണല്ലോ ഇവ. അതിനാൽ ഇവയിലധികവും ജൈവവസ്തുക്കളെ ആശ്രയിച്ചാണ് ജീവിക്കുന്നത്. മണ്ണിൽക്കാണുന്ന ഫംഗസുകൾ സ്വന്തം ഭക്ഷണത്തിനായി ജൈവവസ്തുക്കളെ വിഘടിപ്പിക്കുന്നു. ഈ പ്രക്രിയയിലൂടെ ഇവ മണ്ണിന്റെ ഫലപുഷ്ടി കൂട്ടുന്നു. ചില ഫംഗസുകൾ സസ്യരോഗങ്ങളെ നിയന്ത്രിക്കാൻ ഫലപ്രദമാണ്. നിമാവിരകളെ പിടികൂടി നശിപ്പിക്കുന്ന ഡാക്ടിലേറിയ, ഡാക്ടിലെല്ല എന്നിവയും വേരുചീയലിനെ തടയുന്ന ട്രൈക്കോഡെർമയും വൈറസുകളെ നശിപ്പിക്കുന്ന ആസ്പെർജില്ലസ്, ഫ്യൂസേറിയം, ഹെൽമിന്തോസ്പോറിയം എന്നിവയുമാണ് ഉദാഹരണങ്ങൾ."

“ടീച്ചർ, ഈ ബാക്ടീരിയകളെയും ഫംഗസുകളെയും വളമായി ഉപയോഗിക്കുമെന്ന് പറയുന്നത് നേരാണോ?” മനുവിന് സംശയം തീർന്നില്ല.

“അതെ മനൂ. അതിനെക്കുറിച്ച് അടുത്ത ക്ലാസിൽ പറഞ്ഞുതരാം.”

എന്താണ് വളങ്ങൾ?

ശാലിനി ടീച്ചർ ക്ലാസിലെത്തി. മുൻ ക്ലാസിനെ ആസ്പദമാക്കി കുട്ടികളോട് ചില ചോദ്യങ്ങൾ ചോദിച്ചു. മിക്കവരും ശരിയായ ഉത്തരം നല്കിയതോടെ തൃപ്തയായി അടുത്ത പാഠഭാഗത്തിലേക്ക് കടന്നു.

"ഇന്ന് നമ്മൾ എന്താണ് പഠിക്കാൻ പോകുന്നതെന്നറിയാമോ? ക്ലാസിന് ഒരു തുടക്കം കിട്ടാനായി ടീച്ചർ ഒരു ചോദ്യമെറിഞ്ഞു."

"അറിയാം ടീച്ചർ. വളങ്ങളെപ്പറ്റി"

"ആട്ടെ, എന്താണ് വളം? എന്തിനാണ് സസ്യങ്ങൾക്ക് വളം നല്കുന്നത്? ആദർശ് പറയൂ."

"ചെടികൾക്കാവശ്യമായ പോഷകവസ്തുക്കളടങ്ങിയ ആഹാരമാണ് വളം."

"ശരി ഏതെല്ലാമാണ് സസ്യവളർച്ചയ്ക്കാവശ്യമായ പോഷകവസ്തുക്കൾ എന്നറിയാമോ?"

ആദർശ് മറുപടി പറയാതെ നിന്നു.

"ഇരിക്കൂ. ഞാൻ പറഞ്ഞുതരാം. മനുഷ്യരെപ്പോലെ തന്നെ ആരോഗ്യത്തോടെ വളരാനും പ്രത്യുല്പാദനം നടത്താനും സസ്യങ്ങൾക്കും ജലവും ആഹാരവും വേണം. ധാതുക്കളും ലവണങ്ങളുമാണ് ചെടികളുടെ ആഹാരം. കാർബൺ,

ഹൈഡ്രജൻ, ഓക്സിജൻ, ഫോസ്ഫറസ്, പൊട്ടാസ്യം, നൈട്രജൻ, സൾഫർ, കാത്സ്യം, ഇരുമ്പ്, മഗ്നീഷ്യം എന്നിവ താരതമ്യേന കൂടിയ അളവിലാവശ്യമാണ്. ഇവയെക്കൂടാതെ, ചെറിയ അളവിൽ ചെമ്പ്, നാകം, മോളിബ്ഡിനം, ബോറോൺ, ക്ലോറിൻ എന്നിവയും വേണം. ഇവയിൽ ഏതെല്ലാമാണ് വാതകരൂപത്തിലുള്ളളവ?"

"കാർബൺ, ഹൈഡ്രജൻ, ഓക്സിജൻ, നൈട്രജൻ." കോറസ് ഉത്തരം.

"ശരി. ഇവയിൽ നൈട്രജൻ ഒഴികെയുള്ളവ അന്തരീക്ഷത്തിൽനിന്ന് നേരിട്ടു കിട്ടും. നൈട്രജനും മറ്റുള്ള ധാതുക്കളും മണ്ണിൽനിന്നാണ് ലഭിക്കുന്നത്. ചെടികൾ വലിച്ചെടുക്കുന്നതുമൂലം മണ്ണിൽ ഇവയുടെ അളവ് കുറയുമ്പോൾ ഇവ ചേർത്തു കൊടുക്കണം. ഇങ്ങനെ ചേർത്തുകൊടുക്കുന്ന, സസ്യപോഷകങ്ങളടങ്ങിയ വസ്തുക്കളെയാണ് നാം വളങ്ങളെന്ന് വിളിക്കുന്നത്. അതിരിക്കട്ടെ, നിങ്ങൾക്ക് ഏതെല്ലാം തരം വളങ്ങളറിയാം?"

"രാസവളങ്ങൾ. ജൈവവളങ്ങൾ." ക്ലാസിന്റെ പലഭാഗങ്ങളിൽനിന്ന് ഉത്തരങ്ങൾ വന്നു.

"എന്താണ് ഇവ തമ്മിലുള്ള പ്രധാന വ്യത്യാസം?"

"ഒന്ന് രാസവസ്തു മറ്റേത് ജൈവവസ്തു." വിശാഖ് പറഞ്ഞു.

"അതെ. രാസപദാർത്ഥങ്ങൾ ഉൾക്കൊള്ളുന്നവയാണ് രാസവളങ്ങൾ. രാസപ്രക്രിയകൾ വഴിയാണ് ഇവ നിർമ്മിക്കുന്നതെന്ന് നിങ്ങൾക്കറിയാമായിരിക്കും. അല്ലേ? എന്നാൽ, ജൈവവസ്തുക്കളടങ്ങുന്നവയാണ് ജൈവവളങ്ങൾ. ഇവയിൽ സസ്യജന്യമായതും ജന്തുജന്യമായതുമായ പദാർത്ഥങ്ങളായിരിക്കും കാണുക. കൃഷിക്കാർ ഈ രണ്ടുതരം വളങ്ങളും പ്രയോഗിക്കാറുള്ളതായി നിങ്ങൾക്കറിയാം. നിങ്ങൾക്കറിയാവുന്ന രാസവളങ്ങൾ ഏതൊക്കെയാണ്?"

അതുവരെ മിണ്ടാതിരുന്ന ദിവ്യ വിളിച്ചുപറഞ്ഞു. "യൂറിയ, പൊട്ടാഷ്." ക്ലാസിന്റെ മൂലയിൽനിന്ന് മറ്റൊരുത്തരവും വന്നു. മസൂറിഫോസ് കൃഷിയിൽ വളരെ താല്പര്യമുള്ള അനീഷാ

യിരുന്നു അത്. അനീഷിന്റെ വീട്ടിൽ പച്ചക്കറി കൃഷിയുണ്ട്. അവന്റെ വീടിനു മുന്നിൽ പാവലിന്റെയും പടവലത്തിന്റെയും സ്ഥിരം പന്തലുകൾ നിർമ്മിച്ചിട്ടുണ്ട്. കടലാസു കൂടുകളിൽ തൂങ്ങി പാവയ്ക്കകളും പടവലങ്ങകളും കായ്ച്ചുകിടക്കുന്നത് കാണേണ്ടതാണ്. അച്ഛനോടൊപ്പം കൃഷിയിൽ സജീവമായി പങ്കെടുക്കാറുള്ള അവൻ ഇടയ്ക്കിടെ ടീച്ചർമാരുടെ ആവശ്യപ്രകാരം ഇവയൊക്കെ കൊണ്ടുക്കൊടുക്കാറുമുണ്ട്. ഇതുമൂലം അവനൊരു ഇരട്ടപ്പേര് കിട്ടിയിട്ടുണ്ട് കിസാൻ ഭായ്!! ആ വിളി അവനിഷ്ടവുമാണ്.

"അതെ, യൂറിയ, മ്യൂറിയേറ്റ് ഓഫ് പൊട്ടാഷ്, രാജ്ഫോസ്, മസൂറിഫോസ്, സൂപ്പർഫോസ്ഫേറ്റ് എന്നിവയാണ് പ്രധാന രാസവളങ്ങൾ. ഇവയിൽ യൂറിയയിൽനിന്ന് നൈട്രജനും മ്യൂറിയേറ്റ് ഓഫ് പൊട്ടാഷിൽ നിന്ന് പൊട്ടാസ്യവും, രാജ്ഫോസ്, മസൂറിഫോസ്, സൂപ്പർഫോസ്ഫേറ്റ് തുടങ്ങിയ ഫോസ്ഫേറ്റ് വളങ്ങളിൽനിന്ന് ഫോസ്ഫറസും കിട്ടും. ഈ വളങ്ങൾക്ക് പൊതുവായ ഒരു പേരുണ്ട്. അനീഷിനറിയാമോ?"

"എൻ പി കെ വളങ്ങൾ."

"ശരിയാണ്. എൻ പി കെ എന്ന ചുരുക്കപ്പേരിലറിയപ്പെടുന്ന നൈട്രജൻ, ഫോസ്ഫറസ്, പൊട്ടാസ്യം എന്നിവ നല്കുന്നതിനാലാണ് ഇവയെ ഇങ്ങനെ വിളിക്കുന്നത്. സസ്യവളർച്ചയ്ക്കാവശ്യമായ പ്രാഥമികമൂലകങ്ങളാണിവ. കാരണം, ജൈവരാസവസ്തുക്കളായ മാംസ്യം, ധാന്യകങ്ങൾ, കൊഴുപ്പ്, ന്യൂക്ലീക് അമ്ലങ്ങൾ, ന്യൂക്ലിയോറ്റൈഡുകൾ, രാസാഗ്നികൾ, ഹോർമോണുകൾ എന്നിവയൊക്കെ ഉല്പാദിപ്പിക്കാൻ ഇവ കൂടിയേ തീരൂ."

"എൻ പി കെ വളങ്ങൾ ഓരോന്നും വെവ്വേറെയും കൂട്ടായും ഉപയോഗിക്കും. അതായത് വിളയുടെ ആവശ്യമനുസരിച്ച് യൂറിയ മാത്രമായോ പൊട്ടാഷ് മാത്രമായോ ഫോസ്ഫേറ്റ് വളങ്ങൾ മാത്രമായോ നല്കാം. അല്ലെങ്കിൽ വിവിധ അനുപാതങ്ങളിൽ രണ്ടോ മൂന്നോ എണ്ണം കലർത്തിയും നല്കാം. ഇങ്ങനെ കലർത്തിയവയെ പൊതുവെ മിക്സ്ചറുകളെന്നാണ് വിളിക്കുന്നത്. 17:17:17 എന്നും 12:12:12 എന്നുമൊക്കെ കേട്ടിട്ടില്ലേ?"

"കേരളത്തിൽ എവിടെയാണ് രാസവളം നിർമ്മിക്കുന്നതെന്ന്

പറയൂ." ഏറ്റവും മുന്നിൽ ഒന്നാമതിരിക്കുന്ന ഗീതുവിനോടാണ് ടീച്ചർ അത് ചോദിച്ചത്.

"ഫാക്ട്" മൃദുവായി ഗീതു പറഞ്ഞു.

"ഫാക്ട് എന്നത് രാസവളഫാക്ടറിയുടെ ചുരുക്കപ്പേരാണ്. ഗീതുവിന് അതിന്റെ മുഴുവൻ പേരറിയാമോ?"

അവൾ അറിയില്ലെന്ന് തലയാട്ടി. അവൾ വാക്കുകൾ കഴിയുന്നത്ര ചുരുക്കി മൂളലും തലയിളക്കലും ആംഗ്യവും ചിരിയുമൊക്കെക്കൊണ്ട് ആശയവിനിമയം നടത്തുകയാണ് പതിവ്.

ഉടൻ മൂന്നാം ബെഞ്ചിലെ ഗോവിന്ദ് ഉത്തരം പറഞ്ഞു. "ഫെർട്ടിലൈസേഴ്സ് ആൻഡ് കെമിക്കൽസ് ട്രാവൻകൂർ ലിമിറ്റഡ്, എഫ് എ സി റ്റി."

"മിടുക്കൻ." ഇതെവിടെയാണ് സ്ഥിതിചെയ്യുന്നത്?

"ആലുവ." ഗോവിന്ദ് തന്നെ പറഞ്ഞു.

"എഫ് എ സി റ്റിയിൽ ഉല്പാദിപ്പിക്കുന്ന വളങ്ങളെ കൃഷിക്കാർ ഫാക്ട് വളങ്ങളെന്ന് വിളിക്കുന്നു."

"ഇനി മറ്റൊരുതരം വളങ്ങളുണ്ട്. ജൈവവളങ്ങൾ എന്നാണിവയ്ക്ക് പേര്. അവയെക്കുറിച്ച് അടുത്ത ക്ലാസിൽ."

ഇതും പറഞ്ഞ് ടീച്ചർ ക്ലാസ് നിർത്തിയതും ബെല്ലടിച്ചതും ഒപ്പമായിരുന്നു. വാച്ചില്ലാതെ ഇത്ര കൃത്യമായി ക്ലാസ് സമയം ടീച്ചർ എങ്ങനെ അറിയുന്നുവെന്ന് കുട്ടികൾ അത്ഭുതപ്പെടാറുണ്ട്.

എന്താണ് ജൈവവളങ്ങൾ?

"കഴിഞ്ഞ ക്ലാസിൽ എവിടെയാണ് നാം പഠിച്ചുനിർത്തിയത്?" ഹാജരെടുത്ത ശേഷം ടീച്ചർ പതിവുപോലെ ചോദ്യമിട്ടു.

"ജൈവവളങ്ങൾ." കുട്ടികൾ ഒരുമിച്ച് വിളിച്ചുപറഞ്ഞു.

"ശരി ശരി. നമുക്കിന്ന് അവയെപ്പറ്റി പഠിക്കാം. ജീവജാലങ്ങളിൽനിന്ന് ഉല്പാദിപ്പിക്കുന്ന വളങ്ങളാണ് ജൈവവളങ്ങൾ. സസ്യങ്ങളിൽനിന്നും ജന്തുക്കളിൽനിന്നും അണുജീവികളിൽ നിന്നും ഇവ കിട്ടും. ആദ്യം സസ്യങ്ങളിൽ നിന്നുള്ളവ നോക്കാം. സസ്യങ്ങളിൽനിന്നു കിട്ടുന്ന എന്തെല്ലാമാണ് അനീഷിന്റെ വീട്ടിലെ കൃഷിക്ക് വളമായി ഉപയോഗിക്കാറുള്ളത്?"

"പച്ചിലവളം."

"എന്താണ് പച്ചിലവളം?"

"ചെടികളുടെയും മരങ്ങളുടെയും ഇലകളും ചില്ലകളുമൊക്കെയാണ് ഇതിന് ഉപയോഗിക്കുന്നത്."

"പച്ചിലവളമായി ഉപയോഗിക്കുന്ന ചെടികളുടെയും മരങ്ങളുടെയും പേരറിയാമോ?"

"ടീച്ചർ, ശീമക്കൊന്നയും വട്ടയും. മിനിയുടെ വകയാണ്."

"ശരി. ഇതു രണ്ടും എല്ലാർക്കും അറിയാമോ?"

"വട്ട അറിയാം ടീച്ചർ, ഇലയടയും വത്സനും ഉണ്ടാക്കുന്നത്

ഇതിന്റെ ഇലയിലല്ലേ?" ജോജോയാണതു പറഞ്ഞതെങ്കിലും എല്ലാർക്കും ആ മരം അറിയാമെന്ന് അവരുടെ മുഖഭാവങ്ങളിൽ നിന്ന് ടീച്ചറിന് മനസ്സിലായി.

"വട്ടത്തിലുള്ള ഇലകളുള്ളതിനാലാണ് ഇതിന് വട്ടയെന്ന പേരുവന്നത്. ഇതിന് വട്ടയില, വട്ടക്കണ്ണി, വട്ടത്താമര എന്നെല്ലാം പേരുകളുണ്ട്. ഇതിന്റെ ഇല കല്ലുപ്പ് പൊതിയാനായി മുമ്പ് ഉപയോഗിച്ചിരുന്നതിനാൽ ഉപ്പില എന്നും ചിലയിടങ്ങളിൽ വിളിക്കാറുണ്ട്. അതിവേഗം വളരുന്ന ഒരു മരമാണിത്. അതുപോലെ ശീമക്കൊന്ന. പേര് സൂചിപ്പിക്കുന്നതുപോലെ വിദേശത്തുനിന്ന് അല്ലെങ്കിൽ ശീമയിൽനിന്ന് വന്ന ഒരിനം കൊന്നയാണിത്. നരച്ച പച്ചയിലകളും പിങ്കുനിറമുള്ള പൂങ്കുലകളുമുള്ള ഇതിനും ശീഘ്രവളർച്ചയാണ്. ഇങ്ങനെ ശീഘ്രവളർച്ചയുള്ളതും വേഗത്തിലഴുകുന്ന ധാരാളം ഇലകളും മറ്റും ഉല്പാദിപ്പിക്കുന്നവയുമായ സസ്യങ്ങളാണ് പച്ചിലവളമായി ഉപയോഗിക്കുന്നത്. ഇവയുടെ ഇലകൾ നേരിട്ട് മണ്ണിലേക്ക് ഉഴുത് ചേർത്തുകൊടുക്കുകയോ ചുവട്ടിൽ പുതയായിടുകയോ ആണ് ചെയ്യുന്നത്. ഇവ മണ്ണിലെ ജലാംശം നഷ്ടമാവാതെ സൂക്ഷിക്കുമെന്ന മെച്ചം കൂടിയുണ്ട്."

"ടീച്ചർ, റബ്ബർത്തോട്ടങ്ങളിൽക്കാണുന്ന പുതവിളസസ്യത്തിന്റെ പേരെന്താണ്?"

അതിന്റെ പ്യൂറേറിയ എന്നാണ്. ഇതുപോലെ ഡെയിഞ്ച, സുബാബുൾ, മുതിര, ചണമ്പ് എന്നിവയും നല്ല പച്ചിലവളങ്ങളാണ്. അതുപോലെ കരിയിലകളും മരങ്ങളിൽനിന്ന് കൊഴിയുന്ന കായ്കളും പൂക്കളുമൊക്കെ വളമാണ്. പച്ചക്കറികളുടെ അവശിഷ്ടങ്ങളും അടുക്കളയിൽ നിന്നുള്ള ആഹാരാവശിഷ്ടങ്ങളും നേരിട്ടോ കമ്പോസ്റ്റോ, മണ്ണിരക്കമ്പോസ്റ്റോ ആക്കിയ ശേഷമോ വളമായി ഉപയോഗിക്കാം. എണ്ണയെടുത്തശേഷം കിട്ടുന്ന പിണ്ണാക്കുകളും വളമായുപയോഗിക്കാം. ഉദാഹരണം തേങ്ങാപ്പിണ്ണാക്ക്, നിലക്കടലപ്പിണ്ണാക്ക്, മാഹുവപ്പിണ്ണാക്ക്, വേപ്പിൻപിണ്ണാക്ക് എന്നിവ. ഇവയിൽ വേപ്പിൻപിണ്ണാക്കിന് കീടനാശകശേഷിയുമുണ്ട് കേട്ടോ."

"ഇനി, മൃഗങ്ങളിൽനിന്ന് ലഭിക്കുന്ന വളങ്ങളേതെല്ലാ

മാണെന്ന് നോക്കൂ. കോഴിഫാമുകൾ, ആട്ഫാമുകൾ, കുതിരലായങ്ങൾ, കാലിത്തൊഴുത്ത്, അറവുശാലകൾ എന്നിവിടങ്ങളിലെ അവശിഷ്ടങ്ങൾ, കോഴിക്കാഷ്ഠം, ആട്ടിൻകാഷ്ഠം, ചാണകം, ഗോമൂത്രം മുതലായ, പക്ഷി മൃഗാദികളുടെ വിസർജ്ജ്യങ്ങൾ, എല്ലുപൊടി, മത്സ്യാവശിഷ്ടങ്ങൾ, അറവുശാലയിലെ അവശിഷ്ടങ്ങൾ എന്നിവയെല്ലാം നല്ല ജൈവവളങ്ങളാണ്. അടുക്കളയിലെ ആഹാരാവശിഷ്ടങ്ങൾ, അഴുകിയ പച്ചക്കറികളും പഴങ്ങളും. കറിക്കരിയുമ്പോൾ ഉണ്ടാകുന്ന അവശിഷ്ടങ്ങൾ, കഞ്ഞിവെള്ളം, ചാരം എന്നിവയും ജൈവവളങ്ങളുടെ കൂട്ടത്തിൽ വരും.”

“ഇനിയൊരു വിഭാഗം ജൈവവളങ്ങൾ അണുജീവികളിൽനിന്ന് തയ്യാറാക്കുന്നവയാണ്.”

കുട്ടികൾ തമ്മിൽത്തമ്മിൽ നോക്കി. പരസ്പരം ചോദ്യമെറിഞ്ഞു. കാണാൻപോലും കഴിയാത്ത അണുജീവികളിൽനിന്നെങ്ങനെ വളമുണ്ടാക്കും?

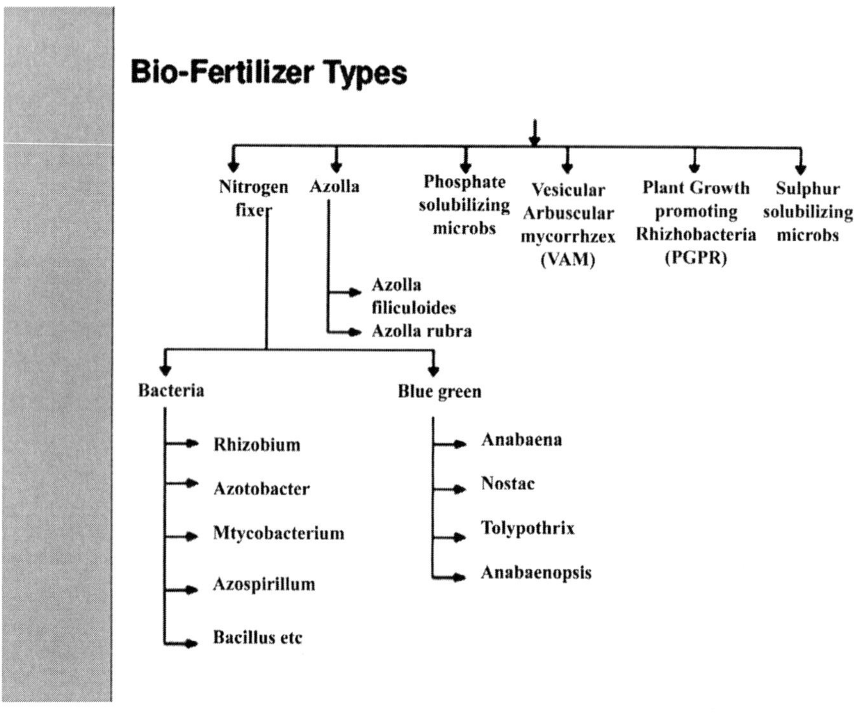

മനു എഴുന്നേറ്റ് ചോദിക്കുക തന്നെ ചെയ്തു. "ടീച്ചർ, അണുജീവികൾ വളരെച്ചെറുതല്ലേ? നമുക്ക് കാണാനും കഴിയില്ലല്ലോ? ഇത്രയും ചെറിയ ജീവികളെ എങ്ങനെ വളമായി ഉപയോഗിക്കും?"

ടീച്ചർ ചിരിച്ചു. "മനു ചോദിച്ചത് ന്യായമായ സംശയമാണ്. അതിസൂക്ഷ്മങ്ങളാണെങ്കിലും അണുജീവികളെ ഇപ്പോൾ വ്യാപകമായി കൃഷിയിടങ്ങളിൽ പ്രയോഗിക്കുന്നുണ്ട്. യഥാർത്ഥത്തിൽ ജീവനുള്ള ബാക്ടീരിയകളും ഫംഗസുകളുമൊക്കെ അടങ്ങിയ പദാർത്ഥങ്ങളാണ് ഇതിനായി ഉപയോഗിക്കുന്നത്. സൂക്ഷ്മാണുവളങ്ങളെന്നാണ് ഇവയ്ക്ക് പേരെങ്കിലും ശരിയായ അർത്ഥത്തിൽ ഇവ വളങ്ങളല്ല. വേരിനു പുറത്തോ അകത്തോ കയറിക്കൂടി പോഷകവസ്തുക്കൾ ചെടികൾക്ക് കിട്ടാൻ സഹായിക്കുക മാത്രമാണ് ഇവ ചെയ്യുന്നത്."

"പ്രധാനമായും നൈട്രജൻ സ്ഥിരീകരണം, ഫോസ്ഫറസ് ദ്രവീകരണം, ഫോസ്ഫറസ് ആഗിരണം കൂട്ടൽ, സൂക്ഷ്മമൂലകങ്ങൾ ലഭ്യമാക്കൽ, വളർച്ചാഹോർമോണുകൾ ഉല്പാദിപ്പിക്കൽ എന്നീ പ്രവർത്തനങ്ങളിലേർപ്പെടുന്ന 5 തരം സൂക്ഷ്മാണുക്കളെയാണ് ഇത്തരത്തിൽ പ്രയോജനപ്പെടുത്തുന്നത്. ഇതാ ഈ ചാർട്ട് നോക്കൂ. ദാ ഇവയൊക്കെയാണ് വളമെന്ന രീതിയിൽ ഉപയോഗിക്കപ്പെടുന്ന അണുജീവികൾ." ടീച്ചർ ചാർട്ടിൽ ചൂണ്ടിക്കാട്ടി.

നൈട്രജൻ സ്ഥിരീകരണ സൂക്ഷ്മാണുക്കൾ

"ആദ്യമായി നൈട്രജൻ സ്ഥിരീകരണം നടത്തുന്ന സൂക്ഷ്മാണുക്കൾ ഏതൊക്കെയാണെന്ന് നോക്കാം. അതിനുമുമ്പ് അറിയേണ്ടത് നൈട്രജൻ സ്ഥിരീകരണം എന്നാലെന്താണെന്ന്? നൈട്രജനെക്കുറിച്ച് നിങ്ങൾക്ക് എന്തൊക്കെയറിയാം?"

"ഭൂമിയുടെ അന്തരീക്ഷത്തിലെ ഒരു വാതകം.

ഭൂമിയിൽ ഏറ്റവും കൂടുതലുള്ള വാതകം.

1770 ൽ റൂഥർഫോർഡാണ് കണ്ടുപിടിച്ചത്.

അതിനെ സൂചിപ്പിക്കുന്ന അക്ഷരം എൻ ആണ്."

ഉത്തരങ്ങൾ പലരിൽനിന്ന് വന്നുകൊണ്ടിരുന്നു.

"ആകട്ടെ, ഇതിന് മലയാളത്തിൽ എന്താണ് പേര്?" ടീച്ചർ അല്പനേരം കാത്തു. മറുപടിയില്ല. ആർക്കുമറിയില്ലേ?

ഇല്ലെന്ന് തലകളാടി.

"പാക്യജനകം എന്ന് കേട്ടിട്ടുണ്ടോ? അതാണ് നൈട്രജന്റെ മലയാളം പേര്."

കേട്ടിട്ടുള്ളതായി പലരുടെയും മുഖങ്ങൾ വിളിച്ചുപറഞ്ഞു.

"നമുക്കിതിനെ നൈട്രജനെന്നുതന്നെ വിളിക്കാം. ഇത് സസ്യവളർച്ചയ്ക്ക് അനിവാര്യമായ ഒരു പോഷകഘടകമാണ്. ഭൗമാന്തരീക്ഷത്തിൽ വാതകരൂപത്തിലുള്ള നൈട്രജൻ ധാരാളമുണ്ട്. അന്തരീക്ഷവായുവിന്റെ 78 ശതമാനംവരും

ഇതിന്റെ അളവ്. എന്നാൽ, വാതകരൂപത്തിലുള്ള നൈട്രജനെ സ്വീകരിക്കാനുള്ള കഴിവ് സസ്യങ്ങൾക്കില്ല. നൈട്രജൻ സംയുക്തങ്ങളായ നൈട്രൈറ്റുകൾ, നൈട്രേറ്റുകൾ എന്നിവ മാത്രമേ ഇവയ്ക്ക് ഉപയോഗിക്കാനാവൂ. എന്നാൽ, ചിലയിനം ബാക്ടീരിയകൾ, സയാനോബാക്ടീരിയകൾ അഥവാ നീലഹരിത ആൽഗകൾ, ആക്ടിനോമൈസീറ്റുകൾ എന്നിവയ്ക്ക് വാതക നൈട്രജനെ ഉപയോഗിക്കാൻ കഴിയും. ഇവ നൈട്രജൻ വാതകത്തെ നൈട്രൈറ്റുകൾ, നൈട്രേറ്റുകൾ എന്നിവയാക്കി മാറ്റും. ഇങ്ങനെ വാതകാവസ്ഥയിലുള്ള നൈട്രജനെ നൈട്രജൻ സംയുക്തങ്ങളാക്കി മാറ്റുന്ന പ്രക്രിയയാണ് നൈട്രജൻ സ്ഥിരീകരണം. മനസ്സിലായോ?"

"മനസ്സിലായി ടീച്ചർ" കോറസ് സംഗീതമുയർന്നു.

"നൈട്രജൻ സ്ഥിരീകരണ സൂക്ഷ്മാണുക്കളിലെ പ്രധാനികൾ ബാക്ടീരിയകളാണ്. ഇവ സ്വതന്ത്രമായി മണ്ണിൽക്കഴിയുകയോ സസ്യങ്ങളുമായി ബന്ധപ്പെട്ട് കഴിയുകയോ ചെയ്യും. അതിനനുസരിച്ച് ഇവയെ മൂന്നായി തിരിക്കാം. ഒന്നാമത്തേത്: സസ്യങ്ങളുടെ വേരുകളിൽ പരസ്പരാശ്രിത ബന്ധത്തോടെ കഴിയുന്നവയാണ്. ഇവയാണ് ഏറ്റവും വ്യാപകമായിക്കാണുന്നത്. എന്താണ് പരസ്പരാശ്രിത ബന്ധമെന്നാൽ? പരസ്പരം ആശ്രയിക്കുന്ന ബന്ധം. അല്ലേ? ഇതിനെ ഇംഗ്ലീഷിൽ സിംബയോസിസ് എന്നു വിളിക്കും. ഇത്തരം ബാക്ടീരിയകൾ സസ്യങ്ങളിലാണ് വസിക്കുന്നത്. അപ്പോൾ സസ്യം ആതിഥേയനും ബാക്ടീരിയ അതിഥിയുമാണ്. ആതിഥേയ സസ്യം ബാക്ടീരിയയ്ക്ക് വാസസ്ഥലവും, ആഹാരമായി കാർബണിക സംയുക്തങ്ങളും നല്കി സഹായിക്കുന്നു. പകരമായി ബാക്ടീരിയ, സസ്യത്തിന് വളർച്ചയ്ക്കാവശ്യമായ നൈട്രജൻ സംയുക്തങ്ങൾ നല്കുന്നു. ഒന്നിന് മറ്റേതില്ലാതെ ജീവിക്കുക പ്രയാസവുമാണ്. റൈസോബിയം എന്ന ബാക്ടീരിയ ആണ് ഇതിന് ഉദാഹരണം.

റൈസോബിയം പയറുവർഗ്ഗത്തിൽപ്പെട്ട സസ്യങ്ങളിലാണ് വസിക്കുന്നത്. ഇത് യഥാർത്ഥത്തിൽ മണ്ണിലുള്ള ബാക്ടീരിയ (സോയിൽ ബാക്ടീരിയ) യാണ്. ആതിഥേയസസ്യത്തിന്റെ വേരുകളിലെ കോശങ്ങളിലെത്തിയാൽ ഇവയുടെ പ്രവർത്തനം

മൂലം വേരിലെ കോശങ്ങൾ അതിവേഗം വിഭജിച്ച് ചെറിയ മുഴകൾ പോലുള്ള മൂലാർബ്ബുദങ്ങളുണ്ടാവും. ബാക്ടീരിയയുടെ ജനിതകവസ്തുവിൽ നൈട്രജൻ സ്ഥിരീകരണം നടത്താൻ കഴിവുള്ള ജീനുകളുണ്ട്. ഇവയെ നൈട്രജൻ സ്ഥിരീകരണ ജീനുകൾ (നിഫ് ജീനുകൾ - Nif genes or Nitrogen fixing genes) എന്നു വിളിക്കുന്നു. നൈട്രോജിനേസ് എന്ന ഒരു രാസാഗ്നിയും റൈസോബിയത്തിൽക്കാണും. സസ്യശരീരത്തിൽക്കാണുന്ന ലെഗ് ഹീമോഗ്ലോബിൻ എന്ന ഒരു വർണ്ണകമാണ് ആവശ്യമായ ഓക്സിജൻ നല്കുന്നത്. ഇത് മനുഷ്യരക്തത്തിലെ ഹീമോഗ്ലോബിന് സമാനമാണ്."

"ഇതിന്റെ നിറവും ചുവപ്പാണോ ടീച്ചർ?"

"അതെ, ഇതും ചുവപ്പുനിറമുള്ള വർണ്ണകമാണ്."

"ടീച്ചർ, പയറുവർഗ്ഗത്തിലെ എല്ലാച്ചെടികളിലും ഒരേയിനം റൈസോബിയമാണോ കാണുന്നത്?"

"അല്ല. വ്യത്യസ്തയിനം റൈസോബിയം ബാക്ടീരിയകളുണ്ട്. ഒരിനം ഒരു പ്രത്യേകയിനം ചെടിയിൽ മാത്രമേ വളരൂ. റൈസോബിയം ലെഗൂമിനോസാരം എന്നയിനമാണ് ഏറ്റവുമധികം പഠനവിധേയമാക്കിയിട്ടുള്ളത്."

"എങ്ങനെയാണ് വേരിനകത്തിരുന്ന് റൈസോബിയം പ്രവർത്തിക്കുന്നത്?"

"മൂലാർബ്ബുദത്തിനകത്ത് കഴിയുന്ന റൈസോബിയം അന്തരീക്ഷ നൈട്രജനെ ആഗിരണം ചെയ്ത്, നൈട്രോജിനേസ് രാസാഗ്നിയുടെ സഹായത്തോടെ അതിനെ നിരോക്സീകരിച്ച് അമോണിയ ആക്കുന്നു. ഇതുപയോഗിച്ച് ചെടി മാംസ്യവും നൈട്രജനടങ്ങിയ മറ്റ് ജൈവരാസവസ്തുക്കളും ഉല്പാദിപ്പിക്കും. അതുകൊണ്ടാണ് പയറുവർഗ്ഗങ്ങൾ മാംസ്യത്തിന്റെ നല്ല സ്രോതസ്സുകളായത്."

"അസുഖം വന്ന് ഡോക്ടറെക്കണ്ടപ്പോൾ എനിക്ക് ആരോഗ്യം കുറവാണെന്ന് പറഞ്ഞു. എനിക്ക് ധാരാളം ചെറുപയറും പരിപ്പുമൊക്കെ തരണമെന്ന് ഡോക്ടർ അമ്മയോട് പറഞ്ഞു. ഇതിലൊക്കെ മാംസ്യം ധാരാളമുള്ളതുകൊണ്ടായിരിക്കും അങ്ങനെ പറഞ്ഞത്. അല്ലേ ടീച്ചർ."

"അതെ മിനി. നീ പറഞ്ഞത് ശരിയാണ്. നിങ്ങൾ വിളപരിക്രമണം എന്ന് കേട്ടിട്ടുണ്ടോ? ഒരു സ്ഥലത്ത് പയറുവർഗ്ഗവിളകളും മറ്റു വിളകളും ഇടവിട്ടുള്ള വർഷങ്ങളിൽ കൃഷിചെയ്യുന്ന രീതിയാണിത്. പയറുവർഗ്ഗവിളകളിലുള്ള റൈസോബിയത്തിന്റെ പ്രവർത്തനഫലമായുണ്ടാകുന്ന നൈട്രജൻ സംയുക്തങ്ങൾ മണ്ണിനെ സമ്പുഷ്ടമാക്കുന്നതിനാൽ മറ്റു വിളകളുടെ വളർച്ചയും വിളവും കൂടുമെന്നതാണ് ഈ രീതിയുടെ മെച്ചം."

"കപ്പയുടെ ചുവട്ടിൽ അച്ചിങ്ങാപ്പയറിന്റെ വിത്തുകൂടി നടുന്നതിന്റെ ഗുട്ടൻസ് ഇപ്പോഴാണ് പിടികിട്ടിയത്." രസികനായ അശോകിന്റെ ആത്മഗതം അല്പം ഉറക്കെയായിപ്പോയതിനാൽ എല്ലാവരും കേട്ടുചിരിച്ചു.

ടീച്ചർ തുടർന്നു. "തെങ്ങിൻതടങ്ങളിൽ ചണമ്പ് വിത്ത് വിതയ്ക്കുന്നതും നെൽകൃഷിയില്ലാത്ത കാലത്ത് വയലുകളിൽ കുറ്റിപ്പയർ വിതച്ചിട്ട് പൂക്കുന്നതിനുമുമ്പ് ഉഴുതുചേർക്കുന്നതും ഇതേ ഉദ്ദേശ്യത്തോടെയാണ്. നൈട്രജൻ പോഷണത്തിന് ഏറ്റവും ഫലപ്രദമായ ഒരു മാർഗ്ഗമാണിത്."

"ടീച്ചർ, ഈയൊരൊറ്റ ബാക്ടീരിയ മാത്രമേ മൂലാർബ്ബുദങ്ങളുണ്ടാക്കുകയുള്ളോ?"

"ബ്രാഡിറൈസോബിയം എന്നു പേരുള്ള ബാക്ടീരിയയും ചില സസ്യങ്ങളുടെ വേരുകളിൽ പാർക്കാറുണ്ട്. പക്ഷേ, പയറുവർഗ്ഗത്തിൽ പെടാത്ത സസ്യങ്ങളിലാണെന്നുമാത്രം."

"ഇനി മറ്റൊരുതരം നൈട്രജൻ സ്ഥിരീകരണ ബാക്ടീരിയകളുണ്ട്. ഇവ മണ്ണിൽ സ്വതന്ത്രമായിക്കഴിയുന്നവയാണ്. അസൊട്ടോബാക്ടർ, ക്ലോസ്ട്രിഡിയം, ക്ലെബ്സിയെല്ല എന്നിവ ഉദാഹരണങ്ങൾ. ഇവ സ്ഥിരീകരിക്കുന്ന നൈട്രജൻ മണ്ണിലേക്ക് നേരിട്ടെത്തും.

സസ്യങ്ങളുമായി താല്ക്കാലികമായി ബന്ധം സ്ഥാപിക്കുന്ന ചില ബാക്ടീരിയകളുമുണ്ട്. അസോസ്പൈറില്ലം ഉദാഹരണം."

"ബാക്ടീരിയകളെക്കൂടാതെ മറ്റു ചില നൈട്രജൻ സ്ഥിരീകരണ അണുജീവികളും സസ്യങ്ങളിൽ വസിക്കുന്നുണ്ട്. അത്തരത്തിലൊന്നാണ് ഫ്രാങ്കിയ. ഇതൊരു ആക്റ്റിനോമൈസീറ്റാണ്. റൈസോബിയത്തെപ്പോലെ ഇത് ചില പ്രത്യേക മരങ്ങളിൽ

മൂലാർബ്ബുദങ്ങളുണ്ടാക്കും. ഇത്തരം സസ്യങ്ങളെ പൊതുവെ ആക്ടിനോറൈസൽ സസ്യങ്ങളെന്നാണ് വിളിക്കുന്നത്. നമ്മുടെ 10 ബി യുടെ മുന്നിൽ നില്ക്കുന്ന കാറ്റാടി ഒരു ആക്ടിനോറൈസൽ മരമാണ്." എല്ലാവരുടെയും നോട്ടം ഒരു നിമിഷം അങ്ങോട്ടു തിരിഞ്ഞു.

"അസോളയെക്കുറിച്ച് ആർക്കറിയാം?"

"ഏറ്റവും ചെറിയ പന്നൽസസ്യമാണിത്." ക്വിസ് വിദഗ്ദ്ധൻ പറഞ്ഞു.

"ശരിയാണ് വിഷ്ണൂ. പിന്നെ?"

"ഇതൊരു ജലസസ്യമാണ്."

"അതും ശരി. ഈ ചെറിയ സസ്യത്തിന് ഒരു വലിയ ഗുണമുണ്ട്. ആർക്കെങ്കിലും അറിയാമോ?"

എങ്ങുനിന്നും പ്രതികരണമുണ്ടായില്ല.

"കേട്ടോളൂ, ഇതിന് നൈട്രജൻ സ്ഥിരീകരണശേഷിയുണ്ട്. വെള്ളത്തിൽ പൊങ്ങിക്കിടന്നു വളരുന്ന ഇതിന്റെ കുഞ്ഞില കളിൽ പരസ്പരാശ്രിത ബന്ധത്തോടെ കഴിയുന്ന അനബീന അസോളേ എന്ന നീലഹരിത പായലിനാണ് യഥാർത്ഥത്തിൽ ഈ കഴിവുള്ളത്. ഇവ സ്ഥിരീകരിക്കുന്ന നൈട്രജൻ ഇലയിലെ അറകളിൽ നിറയും. ഇതുപയോഗിച്ച് അസോള നൈട്രജ നടങ്ങിയ ജൈവപദാർത്ഥങ്ങളുണ്ടാക്കും. ഇവയിൽ പ്രധാന പദാർത്ഥം മാംസ്യമാണല്ലോ. അതിനാൽ, അസോള മാംസ്യ ത്തിന്റെ നല്ല ഒരു സ്രോതസ്സാണ്. കന്നുകാലികൾക്കും കോഴികൾക്കും ഇവ തീറ്റയായി കൊടുക്കുന്നത് ഗുണമേന്മയുള്ള, പാലും മുട്ടയും കൂടുതൽ കിട്ടാൻ സഹായിക്കും. ഇവയ്ക്ക് മാത്രമല്ല മനുഷ്യർക്കും ഇവ നല്ലതാണ് കേട്ടോ."

"എങ്ങനെയാണ് ടീച്ചർ ഇതുപയോഗിക്കുന്നത്?" തിന്നാൻ കൊള്ളാമെന്ന് കേട്ടതോടെ ഉഷാറിലായ ജോജോയാണത് ചോദിച്ചത്.

"ഏതിലും ചേർക്കാം ജോജോ ഇതിനെ. ഓംലെറ്റിലോ തോരനിലോ സൂപ്പിലോ ബർഗറിലോ ഒക്കെ ചേർത്ത് ഉപയോഗിക്കാം. ധാരാളം ധാതുക്കളും അമിനോ അമ്ലങ്ങളുമൊ ക്കെയുള്ള ഇത് മനുഷ്യരുടെ ഭാവിഭക്ഷണമായിത്തീർ ന്നേക്കുമെന്ന് പറയുന്നുണ്ട്. കൃഷിഭൂമികൾ കുറഞ്ഞു

വരുന്നതിനാൽ, ഭക്ഷ്യവസ്തുക്കൾക്കായി ഭൂമി വേണ്ടാത്ത കൃഷികളെ നമുക്ക് ആശ്രയിക്കേണ്ടി വരുമല്ലോ."

"ഭൂമിയില്ലാതെ ഇതെങ്ങനെ കൃഷി ചെയ്യും?" ഒന്നിലധികം പേർ ഒരേ സമയം സംശയാലുക്കളായി.

"പറയാം. ഇത് ജലസസ്യമാണെന്ന് പറഞ്ഞല്ലോ. അതിനാൽ, കെട്ടിക്കിടക്കുന്ന വെള്ളം മതിയാകും ഇതിന് വളരാൻ. പരന്ന ട്രേകളിലും ബേസിനുകളിലും ടാങ്കുകളിലും കുഴികളിലുമൊക്കെ ഇവയെ വളർത്താം. വെള്ളം നിറച്ച ട്രേകളും ബേസിനുകളും ടാങ്കുകളും വീടിന്റെ ടെറസ്സിലും വയ്ക്കാമല്ലോ. വെയിലും വെള്ളവും വേണ്ടത്ര കിട്ടിയാൽ ഇവ അതിവേഗം വളരും. ഏതാനും ദിവസങ്ങൾക്കുള്ളിൽ ഇരട്ടിയാകും. അല്പം പച്ചച്ചാണകം കലക്കിയൊഴിച്ചു കൊടുത്താൽ വളർച്ചാനിരക്ക് പിന്നെയും കൂടും. വെള്ളത്തിന്റെ ഉപരിതലത്തിൽ ഇവ തിങ്ങുമ്പോൾ വാരിയെടുത്ത് ഉപയോഗിക്കാം. ചെടികളുടെ ചുവട്ടിലിട്ടുകൊടുത്താൽ വളമായും പുതയായും ഇവ പ്രവർത്തിക്കും."

"നെൽകൃഷിക്കാരെ വളരെയധികം സഹായിക്കുന്ന ഒരു സസ്യമാണിത്. എങ്ങനെയാണെന്നോ? നെല്ലിനോടൊപ്പം വയലുകളിൽ ഇവയെയും വളരാൻ അനുവദിച്ചാൽ മാത്രം മതി. ഇവ നെല്ലിനാവശ്യമായ നൈട്രജൻ നല്കും. ഇവയ്ക്ക് ഹെക്ടറിന് 40 കിലോഗ്രാം മുതൽ 60 കിലോഗ്രാംവരെ നൈട്രജൻ നല്കാനാവും. അതിനാൽ, കൃത്രിമ നൈട്രജൻ വളങ്ങളുടെ അളവ് കുറയ്ക്കാം. കർഷകന് വളത്തിന് നല്കേണ്ട കാശ് ലാഭിക്കുകയും ചെയ്യും."

"അനബീന ചില മരങ്ങളിലും സഹവസിക്കുന്നുണ്ട്. നിങ്ങൾക്ക് ഈന്ത് മരം അറിയാമോ?" ഇല്ലെന്ന് പലരും തലയാട്ടി.

"കാഴ്ചയ്ക്ക് ചെറിയ തെങ്ങാണെന്ന് തോന്നും. തെങ്ങിനെപ്പോലെ ഒറ്റത്തടിയായി നിവർന്നുവളരും. തായ്ത്തടിക്ക് തെങ്ങിൻതടിയോട് സാമ്യം കാണും. തലപ്പിൽ ഇലകൾ കൂട്ടമായിക്കാണും. മുമ്പൊക്കെ ഇതിന്റെയിലകൾ പന്തലുകൾ അലങ്കരിക്കാനും പൂച്ചെണ്ടുകളുടെ ചുറ്റും വച്ചുകെട്ടാനും, ഇവയുടെ വിത്തുകളിലെ മാവ് പലഹാരങ്ങളുണ്ടാക്കാനും

ഉപയോഗിച്ചിരുന്നു."

"ങ്ഹാ എനിക്കറിയാം ടീച്ചർ" ഗോവിന്ദ് ആവേശത്തോടെ പറയാൻ തുടങ്ങി. "അമ്മയുടെ തറവാട്ടുവീട്ടിലെ പറമ്പിൽ ഇങ്ങനെയുള്ള മൂന്ന് മരങ്ങളുണ്ട്. തലപ്പിൽ കുലയായി ക്കാണുന്ന, ചിരവനാക്കുപോലെ അറ്റമുള്ള തടിച്ച തണ്ടുകളുടെ ഇരുവശത്തും നല്ല മിനുസമുള്ള ഉരുണ്ട കായ്കളുണ്ടാവും. അവയുടെ കായ്കൾക്ക് അമ്പഴങ്ങയുടെ വലുപ്പവും ആകൃതിയു മാണ്. രണ്ടെണ്ണത്തിലേ കായ്കൾ കണ്ടിട്ടുള്ളൂ. പക്ഷേ, ഈ മരത്തിന്റെ പേര് കളങ്ങമരമെന്നാണ് മുത്തച്ഛൻ പറഞ്ഞുതന്നത്. അതിന്റെ ഇലകൾ ടീച്ചർ പറഞ്ഞ കാര്യത്തിനൊക്കെ ഉപയോഗി ക്കുമെന്ന് മുത്തച്ഛൻ പറഞ്ഞത് ഓർമ്മയുണ്ട്."

"അതുതന്നെയാണ് ഗോവിന്ദാ ഞാൻ പറഞ്ഞ ഈന്ത്. അതിന്റെ ശാസ്ത്രനാമം സൈക്കസ് എന്നാണ്. അനാവൃത ബീജിസസ്യങ്ങളുടെ ഗണത്തിൽപ്പെടുന്നതിനാൽ അതിന് കായ്കളുണ്ടാവാറില്ല. കായ് പോലെ കാണുന്നത് യഥാർത്ഥ ത്തിൽ വിത്തുകളാണ്. കട്ടിയുള്ള വിത്തുകവചമാണ് പുറന്തോട് പോലെ കാണുന്നത്. പെൺമരത്തിലാണ് കായ്കൾ കണ്ടത്. കായ്ക്കാത്തത് ആൺമരമാണ്. ഇവ ദിനോസറുകളുടെ കാലത്ത് ഉരുത്തിരിഞ്ഞവയാണ്. *ജുറാസിക് പാർക്ക്* എന്ന സിനിമ എല്ലാവരും കണ്ടുകാണുമല്ലോ? അതിൽ ഇത്തരം ധാരാളം മരങ്ങൾ കാണാം."

"ങ്ഹാ അതവിടെ നില്ക്കട്ടെ. ഞാൻ പറഞ്ഞുവന്നത് അന ബീനയെന്ന അണുജീവിയെക്കുറിച്ചാണ്. ഈന്തിന്റെ ചുവട്ടിൽ ഉപരിതലത്തിനടുത്തായിക്കാണുന്ന കോറലോയിഡ് വേരുകളിലെ കോശങ്ങളിൽ അനബീനയും മറ്റൊരു സയാനോബാക്ടീരിയ ആയ നോസ്റ്റോക്കും സഹവസിക്കുന്നുണ്ട്. നൈട്രജൻ സ്ഥിരീകരണശേഷിയുള്ള ഇവ രണ്ടും സ്വതന്ത്രമായി മണ്ണിലും വസിക്കും."

വിഷ്ണുവിന് സംശയമായി. "സയാനോബാക്ടീരിയകളിൽ ഇവ രണ്ടിനും മാത്രമേ നൈട്രജൻ സ്ഥിരീകരണശേഷിയുള്ളോ?"

"അല്ല വിഷ്ണൂ. ടോളിപ്പോത്രിക്സ്, പ്ലെക്ടോനീമ, ഓലോസിറ, ഗ്ലിയോക്യാപ്സ, ഗ്ലിയോത്തീക്ക, അഫാനോത്തീക്ക, ഓസിലറ്റോറിയ, സൈറ്റോനീമ, സിലിന്ത്രോസ്പേർമം

എന്നിങ്ങനെ അനേകം സയാനോബാക്ടീരിയകൾക്ക് നൈട്രജൻ സ്ഥിരീകരണം നടത്തി മണ്ണിനെ സമ്പുഷ്ടമാക്കാൻ കഴിയും."

രണ്ടു പീര്യേഡ് തുടർച്ചയായി സയൻസ് കേട്ടിരുന്ന കുട്ടികൾ ചെറുതായി അനങ്ങാനും തിരിയാനും തുടങ്ങിയത് ശ്രദ്ധിച്ച് ടീച്ചർ പറഞ്ഞു.

"ശരി. ഇന്നത്തെ ക്ലാസ് നിർത്താം. സുരേഷ്സാർ ലീവായതുകൊണ്ടാണ് ആ പീര്യേഡ് കൂടി കിട്ടിയത്. ഇനി അടുത്ത ആഴ്ച കാണാം. അപ്പോഴേക്കും ഇതൊക്കെ മറന്നേക്കരുത്." ടീച്ചർ പറഞ്ഞുനിർത്തി.

ബെല്ലടികേട്ടതോടെ എല്ലാവരും ക്ലാസിനു വെളിയിലേക്ക് ചിതറിയോടി. കൗതുകത്തോടെ അതു നോക്കിനിന്ന ടീച്ചറിന്റെ ചുണ്ടിൽ ഒരു ചിരി വിരിഞ്ഞു.

ഫോസ്ഫേറ്റ് ദ്രവീകരണ സൂക്ഷ്മാണുക്കൾ
(ഫോസ്ഫേറ്റ് സോലുബിലൈസിങ് മൈക്രോബ്സ്)

പറഞ്ഞതുപോലെ കൃത്യം ഒരാഴ്ചയായപ്പോൾ ടീച്ചറെത്തി.

"നമസ്തേ ടീച്ചർ" പതിവുപോലെ കോറസ് സംഗീതം ടീച്ചറെ സ്വാഗതം ചെയ്തു.

"നമസ്തേ" പ്രത്യഭിവാദ്യം ചെയ്തശേഷം കഴിഞ്ഞ ക്ലാസിലെ പാഠഭാഗത്തിൽനിന്ന് ഏതാനും ചോദ്യങ്ങൾ അവിടെയുമിവിടെയുമിരിക്കുന്ന പലരോടായി ചോദിച്ചു. ഇത് ടീച്ചറിന്റെ ഒരു സ്റ്റൈലാണ്. ചോദ്യം ചോദിക്കുമെന്നറിയാമെന്നുള്ളതുകൊണ്ട് കുട്ടികൾ അത് പഠിക്കാൻ ശ്രദ്ധിക്കുമെന്ന് അവർ വിശ്വസിക്കുന്നു.

"ഇന്ന് സൂക്ഷ്മാണുവളങ്ങളിലെ രണ്ടാമത്തെ വിഭാഗമായ ഫോസ്ഫറസ് വിഘടിപ്പിക്കുന്ന അണുജീവികളെക്കുറിച്ച് പഠിക്കാം. ഇവയെ ഫോസ്ഫേറ്റ് ദ്രവീകരണ സൂക്ഷ്മാണുക്കൾ (ഫോസ്ഫേറ്റ് സോലുബിലൈസേഴ്സ്) എന്ന് പൊതുവായി വിളിക്കും. ഇവയിൽ ബാക്ടീരിയകളും ഫംഗസുകളുമുണ്ട്. നൈട്രജൻ കഴിഞ്ഞാൽ സസ്യങ്ങൾക്ക് ഏറ്റവും ആവശ്യമുള്ള മൂലകമാണ് ഫോസ്ഫറസ്. എന്താണ് ശുദ്ധമായ ഫോസ്ഫറസിന്റെ പ്രത്യേകത?"

"അത് വായുവിൽ സ്വയം തീ പിടിക്കും." ഗീതികയാണത് പറഞ്ഞത്.

"പിന്നെങ്ങനെയാണത് സൂക്ഷിക്കുന്നത്?"

"വെള്ളത്തിനടിയിൽ." ഇത്തവണ മനു ഉത്തരം വിളിച്ചുപറഞ്ഞു.

"നമ്മുടെ ശരീരത്തിൽ പ്രധാനമായും എവിടെയൊക്കെയാണിത് കാണുന്നതെന്നറിയാമോ വിഷ്ണൂ?"

"എല്ലുകളിലും പല്ലുകളിലും."

"വളരെ ശരി. ന്യൂക്ലിക് അമ്ലങ്ങൾ, ഫോസ്ഫോലിപ്പിഡുകൾ, ഊർജ്ജത്തിന്റെ നാണയമെന്ന് പേരുള്ള എ റ്റി പി മുതലായ ന്യൂക്ലിയോറ്റൈഡുകൾ എന്നിവയിലെല്ലാം ഫോസ്ഫറസുണ്ട്. പ്രകാശസംശ്ലേഷണം, ശ്വസനം, ഊർജ്ജവിനിമയം, ആശയവിനിമയം, ജൈവരാസവസ്തുക്കളുടെ നിർമ്മാണം എന്നിങ്ങനെ സസ്യങ്ങളിലെ മിക്കവാറും എല്ലാ ജൈവരാസപ്രവർത്തനങ്ങൾക്കും ഇതാവശ്യമാണ്."

"ഇനി ഇത് എവിടെനിന്ന് സസ്യങ്ങൾക്ക് കിട്ടുമെന്ന് നോക്കാം. വളരെ പ്രതിപ്രവർത്തനശേഷിയുള്ളതിനാൽ സ്ഥിരീകരിക്കപ്പെട്ട രീതിയിലാണ് ഫോസ്ഫറസ് കാണുന്നത്. അലേയങ്ങളായ ലവണങ്ങളായും ഫോസ്ഫേറ്റ് പാറകളായും ഇത് കണ്ടുവരുന്നു. ഇവയാണ് സസ്യങ്ങളുടെ ആവശ്യത്തിനുള്ള ഫോസ്ഫറസിന്റെ സ്രോതസ്സുകൾ. പക്ഷേ, ഒരു കുഴപ്പമുണ്ട്. ഇവയിൽനിന്ന് അലിയിച്ചിറക്കിയാൽ മാത്രമേ സസ്യവേരുകൾക്ക് ഫോസ്ഫറസ് ആഗിരണം ചെയ്യാനാവൂ. ബാസിലസ്, സ്യൂഡോമൊണാസ് എന്നിങ്ങനെയുള്ള ബാക്ടീരിയകളും (ഫോസ്ഫേറ്റ് സോലുബിലൈസിങ് ബാക്ടീരിയകൾ അഥവാ പി എസ് ബി) പെനിസിലിയം, ആസ്പർജില്ലസ് എന്നിങ്ങനെയുള്ള ഫംഗസുകളും ഇതിന് കഴിവുള്ളവയാണ്. ഇവ ഉല്പാദിപ്പിക്കുന്ന അമ്ലങ്ങൾ ഫോസ്ഫേറ്റുകളിൽനിന്ന് ഫോസ്ഫറസിനെ സ്വതന്ത്രമാക്കും. ബാസിലസ് മെഗാത്തീരിയം ഫോസ്ഫാറ്റിക്കം, ബാസിലസ് സർക്കുലെൻസ്, സ്യൂഡോമൊണാസ് സ്ട്രയേറ്റ, സ്യൂഡോമൊണാസ് പ്യൂറ്റിഡ എന്നിവയെ ഇക്കാര്യത്തിന് വളരെയധികം ഉപയോഗപ്പെടുത്തുന്നുണ്ട്. ഇവ വിഘടിപ്പിച്ചെടുക്കുന്ന ഫോസ്ഫറസ് ചെടികളുടെ വേരുകൾക്ക് വലിച്ചെടുക്കാൻ കഴിയുന്ന രൂപത്തിലായിരിക്കും."

"ഫോസ്ഫറസ് അലിയിപ്പിക്കുന്ന സൂക്ഷ്മാണുക്കളുടെ പ്രവർത്തനഫലമായി മണ്ണിലെത്തുന്ന ഫോസ്ഫറസിന്റെ

ആഗിരണം കൂടുതൽ കാര്യക്ഷമതയോടെ നടത്താൻ സഹായിക്കുന്ന സൂക്ഷ്മഫംഗസുകളുമുണ്ട്. ഇവയ്ക്ക് ഇംഗ്ലീഷിൽ ഫോസ്ഫേറ്റ് മൊബിലൈസിങ് മൈക്രോബുകളെന്നാണ് പേര്. മൈക്കോറൈസകളാണ് ഈ വിഭാഗത്തിൽ വരുന്നത്."

"എന്താണ് ടീച്ചർ മൈക്കോറൈസ?" ഗോവിന്ദ് ജിജ്ഞാസയോടെ ചോദിച്ചു.

"അതാണ് പറഞ്ഞുവരുന്നത്. ഗ്രീക്കുഭാഷയിലെ, ഫംഗസ് എന്നർത്ഥം വരുന്ന മൈക്ക്സ്, വേര് എന്നർത്ഥം വരുന്ന റൈസ എന്നീ വാക്കുകളിൽനിന്നാണ് മൈക്കോറൈസ എന്ന വാക്കിന് രൂപം കൊടുത്തിരിക്കുന്നത്. വേരിലെ ഫംഗസ് എന്നാണ് ഈ വാക്കിനർത്ഥം. 1885 ൽ ആൽബർട്ട് ബേൺഹാർഡ് ഫ്രാങ്ക് ആണ് മൈക്കോറൈസ എന്ന പദം ആദ്യമായി ഉപയോഗിച്ചത്. സസ്യങ്ങളുടെ വേരുകളും അവയിൽ വസിക്കുന്ന ഫംഗസുകളും തമ്മിലുള്ള പരസ്പരാശ്രിത ബന്ധം എന്ന് മൈക്കോറൈസയെ നിർവ്വചിക്കാം. മണ്ണിൽ വസിക്കുന്ന ചിലയിനം ഫംഗസുകളാണ് സസ്യവേരുകളുമായി ബന്ധത്തിലേർപ്പെടുന്നത്. ഇത്തരം ഫംഗസുകളെ പൊതുവെ, മൈക്കോറൈസൽ ഫംഗസുകളെന്നാണ് വിളിക്കുന്നത്. ഫംഗസുകൾക്ക് ആതിഥേയ സസ്യം വാസസ്ഥാനവും ഭക്ഷണവും നല്കുന്നു. ജലാഗിരണശേഷിയും പ്രതിരോധശേഷിയും മറ്റനേകം പ്രയോജനങ്ങളും പകരമായി ഇവയിൽനിന്ന് ആതിഥേയസസ്യത്തിന് കിട്ടുന്നു."

"പ്രധാനമായും രണ്ടുതരം മൈക്കോറൈസൽ ഫംഗസുകളുണ്ട്. ആതിഥേയ സസ്യങ്ങളുടെ വേരിന് പുറത്ത് വാസമുറപ്പിക്കുന്നവയാണ് എക്ടോമൈക്കോറൈസകൾ. ഇവ പൈൻ, യൂക്കാലിപ്റ്റസ്, ബർച്ച്, ഓക്ക്, ഓർക്കിഡുകൾ എന്നിവയിലൊക്കെ കാണാവുന്നതാണ്. ആയിരക്കണക്കിന് എക്ടോമൈക്കോറൈസൽ ഫംഗസുകളുണ്ട്. ഇക്കൂട്ടത്തിൽപ്പെട്ട ഒരു വിഷക്കുമിളാണ് മരണത്തൊപ്പി എന്നറിയപ്പെടുന്ന അമാനിറ്റ."

"ഫംഗസുകളുടെ ശരീരത്തിന് മൈസീലിയം എന്നാണ് പേരെന്ന് അറിയാമല്ലോ അല്ലേ?"

"അത് തന്തുക്കൾപോലുള്ള ഹൈഫകൾ കൊണ്ടല്ലേ ടീച്ചർ നിർമ്മിച്ചിരിക്കുന്നത്?" വിഷ്ണു തന്റെ അറിവ് വെളിപ്പെടുത്തി.

"അതെ. അതിലോലമായ കുഴലുകൾപോലുള്ള ഹൈഫകൾ

തലങ്ങും വിലങ്ങും കാണുന്ന ഒരു കൂട്ടമാണ് മൈസീലിയം. വേരുകളുടെ പുറത്ത് കാണുന്ന എക്ടോമൈക്കോറൈസൽ ഫംഗസുകളുടെ ഹൈഫകൾ മൂലലോമങ്ങൾ പോലെ പ്രവർത്തിക്കുന്നതിനാൽ കൂടുതൽ ജലവും ലവണങ്ങളും വലിച്ചെടുക്കാൻ സഹായകമാണ്. എന്താണ് മൂലലോമങ്ങൾ? ആർക്കു പറയാം?"

സൂനം കൈപൊക്കി. "സസ്യവേരുകളിലെ ആഗിരണാവയവങ്ങളാണ് മൂലലോമങ്ങൾ. ഇവ അതിലോലമായ ഏകകോശകുഴലുകളാണ്."

"മിടുക്കി."

"എക്ടോമൈക്കോറൈസകൾക്ക് വിപരീതമായി ആതിഥേയസസ്യങ്ങളുടെ വേരിനകത്ത് ജീവിക്കുന്നവയാണ് എൻഡോമൈക്കോറൈസകൾ. വേരിലെ കോർട്ടക്സിലാണ് ഇവ വാസമുറപ്പിക്കുക. ശാഖോപശാഖകളായിപ്പിരിഞ്ഞ് വേരിനകത്തു മുഴുവൻ പരക്കുന്ന ഇവ വേരിനു പുറത്തേക്കും ഹൈഫകളുല്പാദിപ്പിക്കും. 99 ശതമാനം കരസസ്യങ്ങളിലും ഇത്തരം മൈക്കോറൈസകളെക്കാണാം. ഇവയിൽ പലയിനങ്ങളുണ്ട്. ഏറ്റവും പ്രധാനപ്പെട്ടത് എ എം എഫ് എന്ന ചുരുക്കപ്പേരിലറിയപ്പെടുന്ന ആർബസ്കുലാർ മൈക്കോറൈസൽ ഫംഗസുകളാണ്. താരതമ്യേന കുറഞ്ഞ അളവിൽക്കാണുന്നതും കുറഞ്ഞ ചലനാത്മകതയുള്ളതുമായ ഫോസ്ഫറസ്, നാകം (സിങ്ക്), ചെമ്പ് (കോപ്പർ) എന്നിവയുടെ ആഗിരണം കൂട്ടാൻ ഇവ സഹായിക്കുന്നു. ഇതോടൊപ്പം കീട, രോഗപ്രതിരോധശേഷിയും വരൾച്ചാപ്രതിരോധശേഷിയും മറ്റും കൂട്ടി വിളകളുടെ കായികവളർച്ചയും വിളവും വർദ്ധിപ്പിക്കുകയും ചെയ്യും. ഗ്ലോമസ്, ഗിഗാസ്പോറ, എകോളോസ്പോറ, എൻട്രോഫോസ്പോറ, സ്ക്യൂട്ടല്ലോസ്പോറ എന്നിങ്ങനെ പത്തിലധികം ജനുസുകളിലായി 200 -ലധികം എ എം എഫ് സ്പീഷീസുകളുണ്ട്.

സസ്യവളർച്ച കൂട്ടുന്ന സൂക്ഷ്മാണുക്കൾ

"**ഹോർ**മോണുകളുടെ ഉല്പാദനം കൂട്ടി സസ്യങ്ങളുടെ വളർച്ച കൂട്ടുന്ന സൂക്ഷ്മജീവികളുമുണ്ട്. ഇവയാണ് പി ജി പി ആർ എന്ന് വിളിക്കപ്പെടുന്ന പ്ലാന്റ് ഗ്രോത്ത് പ്രൊമോട്ടിങ് റൈസോബാക്ടീരിയ. ഇതിൽ ഏറ്റവും വ്യാപകമായി ഉപയോഗിക്കുന്ന ഒരിനമാണ് സ്യൂഡോമൊണാസ് ഫ്ളൂറസൻസ്. ഇത് മണ്ണിൽ സ്വാഭാവികമായിക്കാണുന്ന ഒരു ബാക്ടീരിയയാണ്. ഇതിനെ പരീക്ഷണശാലയിൽ വളർത്തുമ്പോൾ പ്രകാശം പുറപ്പെടുവിക്കുന്നതായി കാണുന്നതുകൊണ്ടാണ് ഇതിന് ഫ്ളൂറസൻസ് എന്ന പേര് നല്കിയത്. ഇത് ഇൻഡോൾ അസറ്റിക് ആസിഡ്, സൈറ്റോകൈനിൻ എന്നീ ഹോർമോണുകൾ ഉല്പാദിപ്പിക്കും. ഇവ തണ്ടുകളുടെയും വേരുകളുടെയും വളർച്ചയെ ഉത്തേജിപ്പിക്കുന്നതുമൂലം ചെടികളുടെ വളർച്ച ത്വരിതഗതിയിലാവും. ഇതു കൂടാതെ, ആന്റിബയോട്ടിക്കുകളും ഇരുമ്പിന്റെ ആഗിരണം കുറയ്ക്കുന്ന രാസവസ്തുക്കളും ഉല്പാദിപ്പിച്ച് വേരുപടലത്തിനോടു ചേർന്നുള്ള മണ്ണിലും ചെടികളിലുമുള്ള രോഗകാരികളായ ബാക്ടീരിയകളെയും ഇത് നശിപ്പിക്കുന്നു. ഫ്യൂസേറിയം, റൈസോക്ടോണിയ മുതലായ രോഗകാരികളായ ഫംഗസുകളെയും ഉന്മൂലനം ചെയ്യാൻ ഇതിന് കഴിയും. ഫംഗസുകളുടെ കോശഭിത്തിയിലുള്ള കൈറ്റിൻ എന്ന

പദാർത്ഥത്തെ വിഘടിപ്പിക്കുന്ന കൈറ്റിനേസ് എന്ന രാസാഗ്നി ഉല്പാദിപ്പിക്കുന്നതിലൂടെയാണ് ഇത് സാദ്ധ്യമാകുന്നത്. നെൽച്ചെടികളെ ബാധിക്കുന്ന പോളരോഗം, ബ്ലൈറ്റ് രോഗം, പോള ചീയൽ; കുരുമുളകിന്റെ ദ്രുതവാട്ടം, പൊള്ള്രോഗം; ഇഞ്ചിയുടെ അഴുകൽ, ബാക്ടീരിയൽ വാട്ടം; ഏലത്തിന്റെ അഴുകൽ എന്നിവയൊക്കെ നിയന്ത്രിക്കാൻ സ്യൂഡോമൊണാസ് ഫ്ളൂറസൻസ് സഹായകമാണ്."

ടീച്ചർ പറഞ്ഞുനിർത്തി ക്ലാസിനെയാകെയൊന്നു നോക്കി. "ഇനി സൂക്ഷ്മാണുക്കളെപ്പറ്റി ആർക്കെങ്കിലും എന്തെങ്കിലും സംശയമുണ്ടോ?"

"ടീച്ചർ, ഈ സൂക്ഷ്മാണുക്കളെ എങ്ങനെയാണ് വളമായി തയ്യാറാക്കുന്നത്?"

"നല്ല ചോദ്യം. ഇതിനുത്തരം നമുക്ക് അടുത്ത ക്ലാസിൽ പഠിക്കാം." ബെല്ലടിക്കാനുള്ള സമയമായെന്ന് മനസ്സിലായ കുട്ടികൾ ബാഗുകൾ ഒരുക്കി പുറത്തേക്കോടാൻ തയ്യാറെടുത്തു.

അടുത്ത ക്ലാസിൽ ടീച്ചറെത്തി. കുട്ടികൾ വളരെയധികം ആവേശത്തിലാണ്. ചിലപ്പോൾ അവർ ഇങ്ങനെയാണ് നല്ല ഊർജ്ജസ്വലതയോടെയായിരിക്കും. ചിലപ്പോൾ ഒരു അലസത പേറിയിരിക്കും ഇന്ന് എല്ലാവരും ഉഷാറാണ് ക്ലാസിലാകെ നോക്കിയപ്പോൾ ടീച്ചറിന് തോന്നി.

പതിവുപോലെ അഭിവാദ്യവും പ്രത്യഭിവാദ്യവും കഴിഞ്ഞ് ശാലിനി ടീച്ചർ അന്നത്തെ വിഷയത്തിലേക്ക് കടന്നു.

"കുട്ടികളേ, ഇന്നു നാം പഠിക്കാൻ പോകുന്നത് വളമായി ഉപയോഗിക്കാൻ സൂക്ഷ്മാണുക്കളെ എങ്ങനെ തയ്യാറാക്കാമെന്നാണ്. എന്താണ് പഠിക്കാൻ പോകുന്നത്?" ടീച്ചർ ആരംഭത്തിൽതന്നെ ചോദ്യമെറിഞ്ഞു..

ഒരു കോറസ് നാദം ഉയർന്നു..

"സൂക്ഷ്മാണുവളങ്ങൾ എങ്ങനെ തയ്യാറാക്കാമെന്ന്?"

"വെരിഗുഡ്" ടീച്ചർ തുടർന്നു.

"ജീവനുള്ള സൂക്ഷ്മാണുക്കളടങ്ങിയ പദാർത്ഥങ്ങളാണ് യഥാർത്ഥത്തിൽ സൂക്ഷ്മാണുവളങ്ങൾ. ഇവ നിർമ്മിക്കുന്നത് അണുവിമുക്തമാക്കിയ പരീക്ഷണശാലകളിലാണ്. ഇത്

അതീവശ്രദ്ധയോടെ വേണം ചെയ്യാൻ. കാരണം, നഗ്നനേത്രങ്ങളാൽ കാണാൻ കഴിയാത്ത അതിസൂക്ഷ്മജീവികളെയാണ് കൈകാര്യം ചെയ്യേണ്ടത്. പാളിച്ച പറ്റിയാൽ പ്രയോജനപ്രദമായവയ്ക്ക് പകരം ദോഷകാരികളായിരിക്കും പെരുപ്പിക്കപ്പെടുക."

"പരീക്ഷണശാലകളിൽ സൂക്ഷ്മാണുക്കളെ എങ്ങനെയാണ് വളർത്തുന്നതെന്നറിയാമോ? പ്രത്യേകം തയ്യാറാക്കുന്ന അണുവിമുക്തമായ വളർച്ചാമാദ്ധ്യമങ്ങളാണ് ഇതിനുപയോഗിക്കുന്നത്. ആദ്യമായി പ്രയോജനപ്രദമായ സൂക്ഷ്മാണുവിനെ വേർതിരിച്ചെടുക്കും. ഇതിനെ, വളർച്ചാമാദ്ധ്യമത്തിലേക്ക് വച്ചാൽ അത് അതിവേഗം വർദ്ധിച്ച് മാദ്ധ്യമം നിറയെയാകും. ഇതിൽനിന്ന് ഒരല്പമെടുത്ത് ദ്രാവകരൂപത്തിലുള്ള മറ്റൊരു മാദ്ധ്യമത്തിലേക്ക് മാറ്റും. അവിടെയും അവ പെറ്റുപെരുകും. ഇതാണ് സ്റ്റാർട്ടർ കൾച്ചർ. ഇതിൽനിന്ന് ഒരംശം ഓരോ സൂക്ഷ്മാണുവിനും യോജിച്ച പ്രത്യേക മാദ്ധ്യമങ്ങൾ ഉൾക്കൊള്ളുന്ന വലിയ കോണിക്കൽ ഫ്ളാസ്കുകളിലേക്ക് മാറ്റും. അവിടെയും അവ പെരുകി എണ്ണം വളരെയധികം വർദ്ധിക്കും. വളമായി വിതരണം ചെയ്യുന്നതിന് ഇവയെ ഖരരൂപത്തിലാക്കും. ഇതിന്

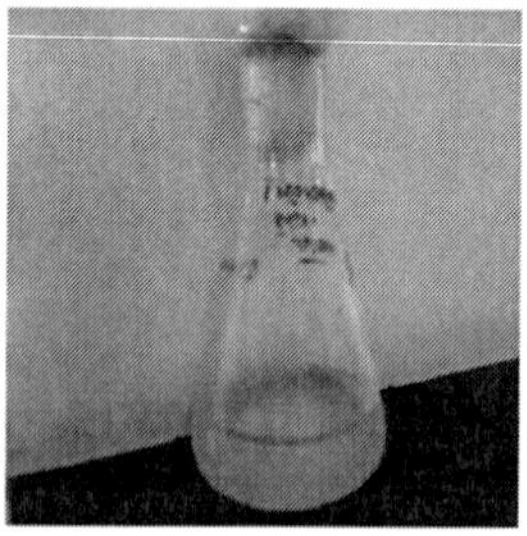

Phosphate solubilizing culture

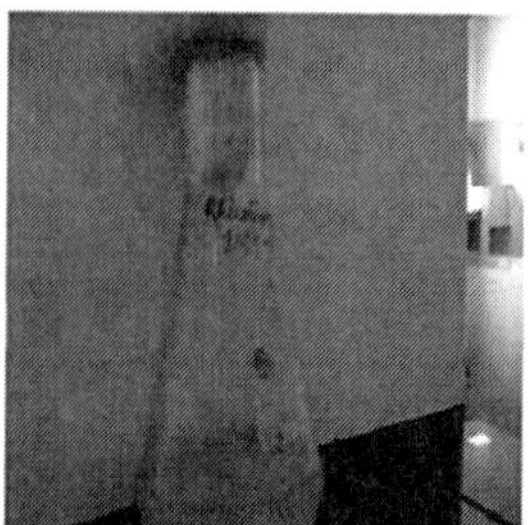

Rhizobium culture

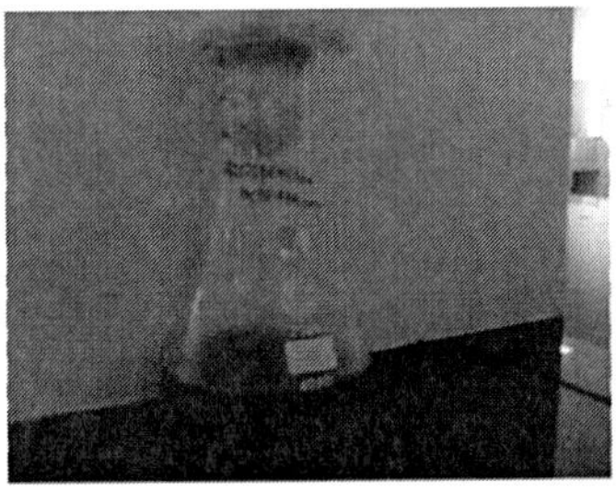

Azospirillum culture

Azotobacter and Rhizobium

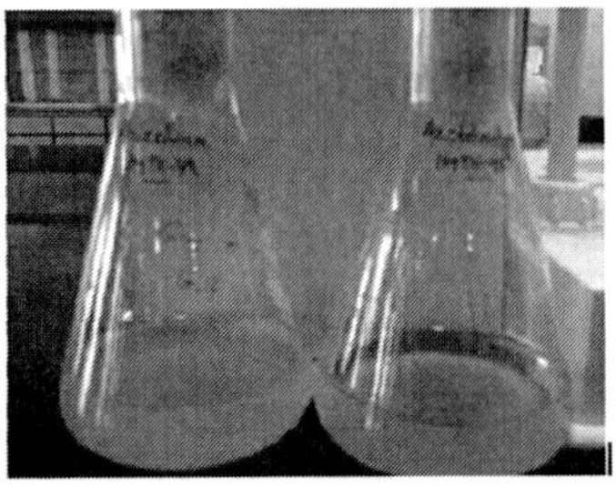

ലിഗ്നൈറ്റ്, പീറ്റ് തുടങ്ങിയ വിവിധ വസ്തുക്കളാണ് ഉപയോഗിക്കുന്നത്. ഇവയെ ക്യാരിയറുകളെന്ന് വിളിക്കും. ഇവ നല്ലപോലെ പൊടിച്ച് അല്പം കാൽസിയം കാർബണേറ്റ് ചേർത്ത്, അണുവിമുക്തമാക്കിയശേഷം ട്രേകളിലെടുത്ത് വലിയ കോണിക്കൽ ഫ്ളാസ്കുകളിൽനിന്നുള്ള നിശ്ചിത അളവ് കൾച്ചർ കലർത്തി ഇളക്കിച്ചേർക്കും. കൾച്ചർ പുരണ്ട ക്യാരിയർ ഉൾക്കൊള്ളുന്ന ട്രേകൾ അന്തരീക്ഷതാപനിലയിൽ ഒരാഴ്ചയോളം ഉണക്കി, അരിച്ച്, അണുവിമുക്തമാക്കിയ ചെറിയ പോളിത്തീൻ കവറുകളിൽ പായ്ക്ക് ചെയ്യുന്നു. ഈ പായ്ക്കറ്റുകളാണ് കർഷകർക്ക് വിതരണം ചെയ്യുന്നത്. റൈസോബിയം, അസോസ്പൈറില്ലം, അസൊട്ടോബാക്ടർ, ഫോസ്ഫോബാക്ടീരിയ, സ്യൂഡോമൊണാസ് ഫ്ളൂറസൻസ് എന്നിവയൊക്കെ ഈ രീതിയിൽ തയ്യാറാക്കി വിപണനം ചെയ്യുന്നുണ്ട്.”

“ദ്രാവകരൂപത്തിലും സൂക്ഷ്മാണുവളങ്ങൾ തയ്യാറാക്കാറുണ്ട്. കോണിക്കൽ ഫ്ളാസ്കുകളിലെ പ്രത്യേക ദ്രാവകമാദ്ധ്യമങ്ങളിൽ സൂക്ഷ്മാണുക്കളെ വളർത്തി അണുവിമുക്തമാക്കിയ

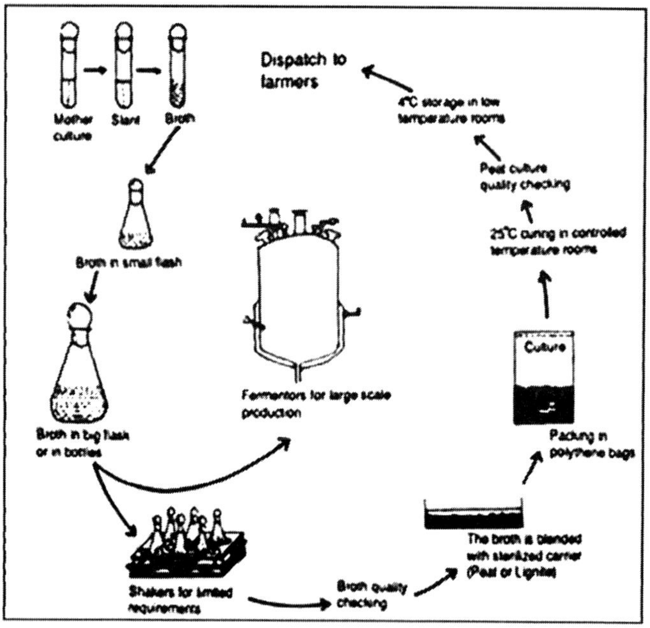

കുപ്പികളിലാക്കിയാണ് ഇവ വിപണിയിലെത്തിക്കുന്നത്."

പതിവിലധികം സമയമെടുത്ത് ബോർഡിൽ ഓരോ സ്റ്റെപ്പും വരച്ചും എഴുതിയുമൊക്കെയാണ് പഠിപ്പിച്ചതെങ്കിലും കുട്ടികൾക്ക് വേണ്ടത്ര മനസ്സിലായിട്ടില്ലെന്ന് അവരുടെ മുഖങ്ങൾ വിളിച്ചു പറഞ്ഞു. ഇതിലും കൂടുതലായി ഈ കൊച്ചുകുട്ടികളോട് പറയുന്നതെങ്ങനെയെന്ന് ടീച്ചർ വിഷമിച്ചു.

നിങ്ങൾക്ക് ഞാനൊരു ചാർട്ട് കാണിക്കാം. ചുരുട്ടി വച്ചിരുന്ന ചാർട്ട് നിവർത്തി ഭിത്തിയിലെ ആണിയിൽ തൂക്കിയിടീച്ച ശേഷം ടീച്ചർ ഓരോ സ്റ്റെപ്പും ചൂണ്ടിക്കാട്ടി ഒന്നു കൂടെ വിശദീകരിച്ചു. "ശ്രദ്ധിക്കൂ. ആദ്യമായി പ്രയോജനപ്രദമായ സൂക്ഷ്മാണുവിനെ കണ്ടെത്തി ടെസ്റ്റ്യൂബുകളിലെ മാദ്ധ്യമത്തിൽ അതിന്റെ ശുദ്ധ കൾച്ചറുണ്ടാക്കുന്നു. അതിൽനിന്ന് ചെറിയ കോണിക്കൽ ഫ്ളാസ്കുകളിൽ സ്റ്റാർട്ടർ കൾച്ചറുണ്ടാക്കുന്നു. വലിയ കോണിക്കൽ ഫ്ളാസ്കുകളിൽ വീണ്ടും വളർത്തുന്നു. വൻതോതിൽ വളങ്ങൾ ഉല്പാദിപ്പിക്കാൻ ബയോറിയാക്ടർ എന്ന ഉപകരണമാണ് ഉപയോഗിക്കുന്നത്. ഇവയിൽനിന്നുള്ള മിശ്രിതം

സ്പോറുകളുള്ള മണ്ണ് നിറച്ച ടാങ്ക്

ആതിഥേയസസ്യത്തിന്റെ വിത്തിടുന്നു

മൈക്കോറൈസൽ വേരുകളുള്ള ആതിഥേയസസ്യങ്ങൾ

അണവിമുക്തമാക്കിയ കാരിയർ പൊടിയിൽ ചേർത്ത് ഉണക്കി പായ്ക്ക് ചെയ്ത് അന്തരീക്ഷ താപനിലയിൽ സൂക്ഷിക്കുന്നു. വിതരണം ചെയ്യുന്നു."

കുട്ടികളുടെ മുഖങ്ങൾ തെളിഞ്ഞതിൽനിന്ന് അവർക്ക് കാര്യങ്ങൾ കുറച്ചുകൂടി വ്യക്തമായതായി ടീച്ചറിന് ബോദ്ധ്യപ്പെട്ടു.

"നിങ്ങൾക്ക് ഇപ്പറഞ്ഞതൊന്നും പൂർണ്ണമായും മനസ്സിലായിക്കാണില്ല എന്നെനിക്കറിയാം. വലിയ ക്ലാസുകളിലെത്തുമ്പോൾ വിശദമായി പഠിക്കാം കേട്ടോ. എന്തായാലും ഇപ്പോളിത്രയും മതി."

"ഇനി അടുത്തത് മൈക്കോറൈസകളാണ്. മൈക്കോറൈസ ജൈവവളം നിർമ്മിക്കാൻ ഈ രീതി പറ്റില്ല. കാരണം അവയ്ക്ക് സസ്യവേരുകളിലല്ലാതെ വളർച്ചാമാദ്ധ്യമങ്ങളിൽ വളരാനാവില്ല. അതിനാൽ, അവയുടെ സ്പോറുകളടങ്ങിയ മണ്ണിൽ ചോളം, റാഗി, തിന, മണിച്ചോളം എന്നീ ആതിഥേയസസ്യങ്ങളേതെങ്കിലും നട്ടുവളർത്തുകയാണ് ചെയ്യുന്നത്. സ്പോറുകൾ മുളച്ചുണ്ടാകുന്ന ഹൈഫകൾ ഇവയുടെ വേരുകൾക്കുള്ളിൽ പ്രവേശിച്ച് വളരും. എട്ടാഴ്ച കഴിയുമ്പോൾ വേരുകൾ മുറിച്ചെടുക്കും. വളർന്ന മണ്ണുമായി ഇവ കഷണങ്ങളാക്കി കലർത്തിയാൽ മൈക്കോറൈസ ജൈവവളമായി. ഇത് ചെടി നടുന്ന സമയത്ത് മണ്ണിൽ ചേർത്തുകൊടുക്കുകയാണ് വേണ്ടത്."

ഇതാ ഈ ചിത്രങ്ങൾ നോക്കൂ. കൈയിലിരുന്ന ഒരു പുസ്തകത്തിലെ ചിത്രങ്ങൾ ഓരോ ഈരണ്ട് ഡെസ്കുകൾക്ക് മുന്നിലുംനിന്ന് കാണിച്ച് ടീച്ചർ കാര്യങ്ങൾ ഒന്നുകൂടി വിശദീകരിച്ചപ്പോൾ കുട്ടികൾക്ക് സംഗതി പിടികിട്ടി.

സൂക്ഷ്മാണുവളങ്ങൾ എങ്ങനെ ഉപയോഗിക്കാം?

"ടീച്ചർ, രാസവളങ്ങൾ ഉപയോഗിക്കുന്നതുപോലെയാണോ ഇവയും ഉപയോഗിക്കുന്നത്?"

"അല്ല. വിളയുടെ ഇനവും നടുന്ന രീതിയുമനുസരിച്ച് ഇവ പല രീതിയിൽ ഉപയോഗിക്കാം."

"ഒരു രീതി വിത്തിൽ പ്രയോഗിക്കുകയാണ്. നിശ്ചിത അളവ് സൂക്ഷ്മാണുവളം നിശ്ചിത അളവ് വിത്തുകളുമായി ഇളക്കിച്ചേർക്കുകയാണ് ചെയ്യുന്നത്. ദ്രാവകരൂപത്തിലുള്ളത് ചാണകവെള്ളമോ കഞ്ഞിവെള്ളമോ ചേർത്ത് നേർപ്പിച്ച് നേരിട്ടും പൊടിരൂപത്തിലുള്ളത് കഞ്ഞിവെള്ളത്തിലോ ചാണകവെള്ളത്തിലോ ശുദ്ധജലത്തിലോ കലക്കിയ ശേഷവും വിത്തുകളിൽ പുരളുന്ന രീതിയിൽ ചേർക്കും. അതിനുശേഷം വിത്തുകളെ 20–30 മിനിട്ട് തണലത്തുണക്കും. അപ്പോൾ വിത്തിനു പുറത്ത് സൂക്ഷ്മാണുക്കളുടെ ഒരു പാളി രൂപപ്പെട്ടിരിക്കും. ഈ വിത്ത് 24 മണിക്കൂറിനകം നടണം. ഒന്നോ ഒന്നിലധികമോ വളങ്ങൾ കലർത്തി ഇപ്രകാരം പുരട്ടാം. ഉദാഹരണത്തിന് റൈസോബിയത്തോടൊപ്പം അസോസ്പൈറില്ലം, അസൊട്ടോബാക്ടർ എന്നിവയിലേതെങ്കിലും ചേർക്കാം. ഇവ ഉണങ്ങിയതിനുശേഷം ഫോസ്ഫോബാക്ടീരിയയും ഇതുപോലെ പുരട്ടിയെടുത്താൽ നൈട്രജനോടൊപ്പം ഫോസ്ഫറസും ചെടികൾക്ക് കൂടുതലായി കിട്ടും."

"മറ്റൊരു രീതി വേരുകളെ സൂക്ഷ്മാണുവള ലായിനിയിൽ മുക്കിവയ്ക്കുകയാണ്. തൈകൾ പറിച്ചുനടുന്ന വിളകൾക്കാണ് ഇങ്ങനെയുള്ള വളപ്രയോഗം നടത്തുന്നത്. നിശ്ചിത അളവ് സൂക്ഷ്മാണുവള ലായിനിയിൽ അഞ്ചോ പത്തോ മിനിട്ട് തൈകളുടെ വേരുകൾ മുക്കിവച്ച ശേഷം നടുകയാണ് രീതി.

"മൂന്നാമത്തെ രീതി ചെടിയുടെ ചുവട്ടിലെ മണ്ണിളക്കി സൂക്ഷ്മാണുവളം ചേർത്തുകൊടുക്കുകയാണ്. ഇവിടെ നിശ്ചിത അളവിൽ പൊടിരൂപത്തിലുള്ള വളം അതുപോലെ ചേർക്കുകയോ ദ്രാവകവളം ചുറ്റാകെ ഒഴിക്കുകയോ ചെയ്യാം."

"ഇനി സൂക്ഷ്മാണുവളങ്ങളെക്കുറിച്ച് എന്തെങ്കിലും അറിയാനുണ്ടോ?" കുട്ടികളെക്കൊണ്ട് ചോദ്യങ്ങൾ ചോദിപ്പിച്ച ശേഷമാണ് പലപ്പോഴും ശാലിനി ക്ലാസ് തുടരാറുള്ളത്. അവരുടെ ശ്രദ്ധ ക്ലാസിൽനിന്ന് വിട്ടുപോകരുതല്ലോ.

"എന്തൊക്കെയാണ് ടീച്ചർ ഇവയുടെ ഗുണങ്ങൾ? ഇവയിൽ ഏത് ഏതെല്ലാം വിളകൾക്ക് ഉപയോഗിക്കാം? ഇവ ഉപയോഗിക്കുമ്പോൾ എന്തെങ്കിലും പ്രത്യേകിച്ച് ശ്രദ്ധിക്കണോ?" പലരിൽ നിന്ന് ചോദ്യങ്ങളെത്തി.

ശാലിനിക്ക് തന്റെ കുട്ടികളിൽ അഭിമാനം തോന്നി. ഇവർ മിടുക്കർ തന്നെ. ഏറ്റവും നല്ല ഡിവിഷനെന്നപേര് ഇതിനുള്ളത് അതുകൊണ്ടാണല്ലോ.

"പറയാം. കേട്ടോളൂ." ശാലിനി ക്ലാസ് തുടർന്നു.

"ആദ്യം ഉപയോഗങ്ങൾ പറയാം. വളങ്ങളായി ഉപയോഗിക്കുന്ന സൂക്ഷ്മാണുക്കളിൽ പല വിഭാഗങ്ങളുണ്ടെന്ന് നിങ്ങൾ പഠിച്ചല്ലോ. ഓരോ വിഭാഗത്തിനും പ്രധാനമായി ഒരു ഗുണമായിരിക്കും കാണുക. നൈട്രജൻ സ്ഥിരീകരണ സ്വഭാവമുള്ളവ ചെടികൾക്കാവശ്യമായ നൈട്രജൻ പോഷണം നല്കും. ഫോസ്ഫറസ് ദ്രവീകരണ സ്വഭാവമുള്ളവ മണ്ണിലെ ഫോസ്ഫറസ് ചെടികൾക്ക് ലഭ്യമാകുന്ന രീതിയിൽ അലിയിക്കും. മൈക്കോറൈസകൾ ഫോസ്ഫറസിന്റെയും ലഘുമൂലകങ്ങളുടെയും ആഗിരണം കൂട്ടും. പി ജി പി ആർ വളർച്ചാ ഹോർമോണുകളുടെ ഉല്പാദനം കൂട്ടും. ഇവ സസ്യങ്ങളുടെ വളർച്ചാനിരക്കും ഉല്പാദനക്ഷമതയും കൂട്ടുന്നതിനു പുറമേ ഗുണമേന്മയും കൂട്ടും. കീടങ്ങളെയും രോഗാണുക്കളെയും പ്രതികൂലകാലാവസ്ഥകളേയും പ്രതിരോധിക്കാനുള്ള കഴിവും സൂക്ഷ്മാണുവളങ്ങളിൽനിന്ന് കിട്ടും."

"ഇനി ജീവാണുവളങ്ങൾ ഫലവത്താകുന്ന ഏതാനും സസ്യങ്ങളെക്കുറിച്ച് പറയാം. പയറുവർഗ്ഗങ്ങളായ ഉഴുന്ന്, ചെറുപയർ, കടല, തുവര, ഗ്രീൻപീസ്, സോയാബീൻ, നിലക്കടല എന്നിവയ്ക്ക് റൈസോബിയം ഫലവത്താണ്. അസോട്ടോബാക്ടർ ചോളം, നെല്ല്, ഗോതമ്പ് മുതലായ ധാന്യങ്ങൾ, പരുത്തി, സൂര്യകാന്തി, കടുക്, പച്ചക്കറികൾ, ഉദ്യാനസസ്യങ്ങൾ എന്നിവയ്ക്ക് പ്രയോഗിക്കാം. 20 മുതൽ 30 ശതമാനം വരെയാണ് ഇവ മൂലമുണ്ടാകുന്ന വിളവർദ്ധന. ഇത് വളർച്ചാ ഹോർമോണുകളും വൈറ്റമിനുകളും ഉല്പാദിപ്പിക്കുകയും രോഗപ്രതിരോധശേഷി നല്കുകയും ചെയ്യും. അസോസ്പൈറില്ലം ധാന്യങ്ങൾ, കരിമ്പ്, പയറുവർഗ്ഗങ്ങൾ എന്നിവയ്ക്ക് നല്ലതാണ്. ഇവയുടെ പ്രയോഗം വഴി 15 ശതമാനം മുതൽ 30 ശതമാനം വരെ വിളവർദ്ധനയുണ്ടാകുമെന്ന് കണ്ടെത്തിയിട്ടുണ്ട്."

"കരിമ്പുകൃഷിക്കായി പ്രത്യേകം തയ്യാറാക്കിയിട്ടുള്ള ഒരു ജീവാണുവളമാണ് അസെറ്റോബാക്ടർ ഡൈഅസോട്രോഫിക്കസ്. ഇത് വിളവർദ്ധനയ്ക്കു പുറമേ പഞ്ചസാരയുടെ അളവും കൂട്ടും."

"ഇനി ഇത്തരം വളങ്ങൾ ഉപയോഗിക്കുമ്പോൾ ശ്രദ്ധിക്കേണ്ട ഏതാനും പ്രധാന കാര്യങ്ങൾ നോക്കാം."

"ഒന്ന്: ഇവയുടെ പായ്ക്കറ്റുകൾ ചൂടടിക്കുന്ന സ്ഥലങ്ങളിലും നേരിട്ട് വെയിലടിക്കുന്ന സ്ഥലങ്ങളിലും സൂക്ഷിക്കാൻ പാടില്ല. പകരം ഈർപ്പമില്ലാത്തതും തണുപ്പുള്ളതുമായ സ്ഥലങ്ങൾ ഇതിനായി കണ്ടെത്തണം.

രണ്ട്: നിർമ്മാണത്തീയതി, ബാച്ച് നമ്പർ, ഉപയോഗകാലാവധി, പ്രയോഗിക്കാവുന്ന വിളകളുടെ പേര് എന്നിവ രേഖപ്പെടുത്തിയിട്ടില്ലാത്ത പായ്ക്കറ്റുകൾ വാങ്ങുകയോ ഉപയോഗിക്കുകയോ ചെയ്യരുത്.

മൂന്ന്: കാലാവധി കഴിഞ്ഞ പായ്ക്കറ്റുകൾ ഉപയോഗിക്കരുത്. കാരണം അവയിലെ അണുജീവികളുടെ എണ്ണം വളരെക്കുറവായിരിക്കും. ഒരുപക്ഷേ, ദോഷകാരികളായവ കാണുകയും ചെയ്യും. ഇത് ഗുണത്തെക്കാളേറെ ദോഷമായിരിക്കും ചെയ്യുക.

നാല് : ഇവയുടെ പ്രയോഗത്തിന് തൊട്ടുമുമ്പോ ഇവ ഉപയോഗിക്കുന്നതോടൊപ്പമോ രാസവളങ്ങളും രാസകീടനാശിനികളും ഉപയോഗിക്കരുത്. കാരണം, ഇവ അണുജീവികളുടെ നാശത്തിന് കാരണമാകുന്നതിനാൽ ഉദ്ദേശിച്ച ഫലം കിട്ടുകയില്ല."

രാസവളങ്ങളും ജൈവവളങ്ങളും ഒരു താരതമ്യം

“ഇനി നമുക്ക് രാസവളങ്ങളെയും ജൈവവളങ്ങളെയും ഒന്ന് താരതമ്യം ചെയ്യാം. ആദ്യമായി ഇവ പ്രദാനം ചെയ്യുന്ന പോഷകഘടകങ്ങൾ എന്തൊക്കെയാണെന്നു നോക്കാം. രാസവളങ്ങൾ എൻ പി കെ മാത്രമാണ് നല്കുന്നത്. ഉദാഹരണത്തിന് യൂറിയ. ഇത് മണ്ണിൽ നൈട്രജന്റെ അളവ് മാത്രം കൂട്ടും. ഫോസ്ഫേറ്റ് വളങ്ങൾ ഫോസ്ഫറസും പൊട്ടാഷ് വളം പൊട്ടാസ്യവും മാത്രമാണ് നല്കുക. മൂന്നിനം വളങ്ങളും ഒരുമിച്ചു നല്കിയാലും പ്രാഥമികവളങ്ങൾ മാത്രമേ ചെടിക്ക് ലഭ്യമാകൂ. എന്നാൽ, ജൈവവളങ്ങളോ? ഇവ എൻ പി കെയോടൊപ്പം ചെടികൾക്കാവശ്യമായ മറ്റു ധാതുക്കളും, ഹോർമോണുകളും നല്കും. അവയുടെ പ്രതിരോധശേഷി കൂട്ടും.

നിങ്ങൾ പറയൂ ഇവയിൽ ഏതായിരിക്കും സസ്യങ്ങൾക്ക് പെട്ടെന്ന് പ്രയോജനം നല്കുന്നത്?”

“രാസവളങ്ങൾ.”

“എന്തുകൊണ്ടാണ് ജൈവവളങ്ങൾ സാവധാനം മാത്രം പ്രവർത്തിക്കുന്നതെന്നറിയാമോ? ജൈവവളങ്ങളിൽ പോഷകവസ്തുക്കൾ സങ്കീർണ്ണഘടനയുള്ള ജൈവരാസപദാർത്ഥങ്ങളായിട്ടാണ് കാണുന്നത്. അവ മണ്ണിലെ അണുജീവികളായ

ബാക്ടീരിയ, ആക്റ്റിനോമൈസീറ്റുകൾ, ഫംഗസുകൾ എന്നീ വിഘാടകരുടെ പ്രവർത്തനംമൂലം വിഘടിച്ച് ചെടികൾക്ക് ആഗിരണം ചെയ്യാനാവുന്ന ലളിതഘടനയുള്ള പദാർത്ഥങ്ങളായി മാറാൻ സമയമെടുക്കും. എന്നാൽ, രാസവളങ്ങളിൽ പോഷകവസ്തുക്കൾ ലളിതഘടനയുള്ള പദാർത്ഥങ്ങളായിത്തന്നെയാണ് കാണുന്നത്. അതിനാൽ, പ്രയോഗിച്ചാലുടനെ ചെടികൾക്ക് അവ വലിച്ചെടുത്ത് ഉപയോഗിക്കാൻ കഴിയും. വളപ്രയോഗത്തിന്റെ ഫലം ഉടൻ വിളയിൽ പ്രകടമാകുകയും ചെയ്യും. പരിസ്ഥിതിപരമായി ഏതായിരിക്കും കൂടുതൽ നല്ലത്?"

ജൈവവളങ്ങൾ.

"അതെ. ജൈവവളങ്ങൾ തന്നെയാണ് പരിസ്ഥിതി സൗഹൃദ വളങ്ങൾ. എന്തുകൊണ്ടെന്ന് നോക്കാം."

ഒന്ന്: ഇവയ്ക്ക് രാസവളങ്ങളെ അപേക്ഷിച്ച് വില കുറവാണ്.

രണ്ട്: അവ ഉല്പാദിപ്പിക്കുമ്പോഴോ ഉപയോഗിക്കുമ്പോഴോ പ്രകൃതിയെ മലിനീകരിക്കുകയില്ല.

മൂന്ന്: പ്രകൃതിദത്തമായതിനാൽ അവ എത്രനാൾ ഉപയോഗിച്ചാലും മണ്ണിന്റെ നൈസ്സർഗ്ഗിക സ്വഭാവങ്ങളിൽ മാറ്റം വരുത്തുകയില്ല.

നാല്: അവ മണ്ണിനെ സുസ്ഥിരമായി പുനരുജ്ജീവിപ്പിക്കും. ജൈവഘടനയിലും ജലസംഭരണശേഷിയിലും ഭൗതികഘടനയിലും ഗുണകരമായ പുരോഗതിയുണ്ടാവുന്നതോടെ മണ്ണിന്റെ ഫലപുഷ്ടിയും ഉല്പാദനക്ഷമതയും വർദ്ധിക്കും.

അഞ്ച്: മണ്ണിലെ സ്വാഭാവിക സൂക്ഷ്മാണുക്കളെ നശിപ്പിക്കുകയില്ല. പകരം അവയുടെ വളർച്ചയ്ക്കും വർദ്ധനയ്ക്കും കാരണമാകും.

ആറ്: പ്രയോജനപ്രദമായ സൂക്ഷ്മാണുക്കളുടെ സാന്നിദ്ധ്യം മൂലം ആഗിരണശേഷിയും പ്രതിരോധശേഷിയും കൂടുന്ന വിളകളുടെ വളർച്ചാനിരക്കും ഉല്പാദനക്ഷമതയും കൂടും.

ഏഴ്: അവ പരിസ്ഥിതിക്ക് ഒരുതരത്തിലുള്ള നാശവും വരുത്തുകയില്ല.

എട്ട്: മലിനീകരണമില്ലാത്തതിനാൽ മനുഷ്യാരോഗ്യത്തിന് ഒരു കോട്ടവും ഇവ മൂലമുണ്ടാവുകയില്ല."

“എന്നാൽ, രാസവളങ്ങളുടെ കാര്യമോ? അവയുടെ നിർമ്മാണപ്രക്രിയ സങ്കീർണ്ണമായതിനാൽ ഉല്പാദനച്ചെലവ് കൂടുതലാണ്. അതുകൊണ്ടുതന്നെ ഇവയ്ക്ക് വിലയും കൂടുതലാണ്. വിലയ്ക്കൊത്ത മൂല്യം ലഭിക്കുകയുമില്ല. ആദ്യമൊക്കെ ഇവ ജൈവവളങ്ങളേക്കാൾ കൂടുതൽ വിളവുതരും. പക്ഷേ, തുടർച്ചയായി കൃഷിഭൂമിയിൽ ഉപയോഗിച്ചാൽ ക്രമേണ വിളവ് കുറയും. ചെടികളുടെ വളർച്ച മുരടിക്കും. മണ്ണിലെ സൂക്ഷ്മാണുക്കൾ നശിക്കും. മണ്ണ് ഊഷരമാകും. ജലസംഭരണശേഷി കുറഞ്ഞ് മണ്ണ് വരളും. ഒരു വിളയും അവിടെ വളരാത്ത അവസ്ഥയാകും.

രാസവളങ്ങളുടെ മറ്റൊരു ദോഷം പരിസരമലിനീകരണമാണ്. വളങ്ങൾ നിർമ്മിക്കപ്പെടുമ്പോൾ അനേകം മാലിന്യങ്ങൾ അന്തരീക്ഷത്തിൽ കലരുന്നുണ്ട്. ഇവ കൃഷിഭൂമികളിൽ പ്രയോഗിക്കുമ്പോൾ മണ്ണിനെ മലിനമാക്കുന്നു. കൃഷിഭൂമിയിൽനിന്ന് മഴവെള്ളത്തിലൂടെയും മറ്റും ഒഴുകിയെത്തുന്ന രാസവസ്തുക്കൾ ജലാശയങ്ങളെയും മലിനമാക്കുന്നു.”

“അങ്ങനെ, ഏതു രീതിയിൽ നോക്കിയാലും ജൈവവളങ്ങൾ തന്നെയാണ് അഭികാമ്യം. ഇവയിൽത്തന്നെ സൂക്ഷ്മാണുവളങ്ങൾ ഒന്നുകൂടി മെച്ചമാണ്. കാരണം, അവയിൽ പലതും ഒരേ സമയം ജൈവസംരക്ഷണം, ജൈവവളം, ജൈവ ഉത്തേജകം എന്നീ നിലകളിൽ പ്രയോജനങ്ങൾ തരുന്നവയാണ്. ശത്രുകീടങ്ങളെ നശിപ്പിച്ച് ഇവ ചെടികളുടെ സംരക്ഷകരാകുന്നു. പോഷകങ്ങൾ നല്കി വളമായി പ്രവർത്തിക്കുന്നു. ഹോർമോണുകൾ ഉല്പാദിപ്പിച്ച് ചെടികളുടെ വളർച്ചയെ പ്രോത്സാഹിപ്പിക്കുന്നു. വളരെക്കുറഞ്ഞ സമയത്തിനുള്ളിൽ തയ്യാറാക്കാമെന്നതും ഇവയുടെ മേന്മയാണ്.”